D1771308

எமோஷனல் இன்டலிஜன்ஸ்

டாக்டர் **சோம. வள்ளியப்பன்**

பங்குச்சந்தை வர்த்தகம், பொருளாதாரம், உணர்வு மேலாண்மை, சுயமுன்னேற்றம், நிர்வாகவியல், மனித வள மேம்பாடு, நிதி நிர்வாகம் உள்ளிட்ட துறைகளில் பல புகழ்பெற்ற நூல்களை எழுதியவர். துறைகள் சார்ந்த செழிப்பான அனுபவமும் நிபுணத்துவமும் கொண்டிருக்கும் இவர் தொலைக்காட்சி மற்றும் பத்திரிகைத்துறை ஊடகங்களில் தொடர்ந்து இயங்கிவருகிறார். Emotional Intelligence-ல் ஆய்வுசெய்து சென்னை பல்கலைக்கழகத்தில் PhD. பட்டம் பெற்றவர். சொற்பொழிவுகள் மற்றும் பயிற்சி வகுப்புகள் மூலம் பல ஆயிரக் கணக்கான மக்களுடன் தொடர்ந்து உரையாடி வருபவர்.

எமோஷனல் இன்டலிஜன்ஸ்

இட்லியாக இருங்கள்!

சோம. வள்ளியப்பன்

கிழக்கு

எமோஷனல் இன்டலிஜென்ஸ்: இட்லியாக இருங்கள்!
Emotional Intelligence : *Idlyaga Irungal!*

Soma. Valliappan ©

Second Edition: September 2006
104 Pages
Printed in India.

ISBN: 978-81-8368-142-1
Kizhakku - 143

Kizhakku Pathippagam
177/103, First Floor, Ambal's Building, Lloyds Road,
Royapettah, Chennai - 600 014. Ph: +91-44-4200-9603
Email : support@nhm.in Website : www.nhm.in

🅕 kizhakkupathippagam 🅣 kizhakku_nhm

Author's Email: writersomavalliappan@gmail.com
Author's Website : www.writersomavalliappan.in
www.facebook.com/Soma Valliappan
www.youtube.com/Soma Valliappan
Instagram : Soma Valliappan

Kizhakku Pathippagam is an imprint of New Horizon Media Private Limited

The views and opinions expressed in this book are the author's own and the facts are as reported by the author, and the publishers are not in any way liable for the same.

All rights reserved. No part of this publication may be reproduced, stored in a retrieval system, or transmitted, in any form or by any means, electronic, mechanical, photocopying, recording or otherwise, without the prior permission of the publishers.

சமர்ப்பணம்

லட்சக்கணக்கான வாசகர்களுக்கு
என்னை அறிமுகப்படுத்திய ஆனந்த விகடனுக்கு

உள்ளே

முன்னுரை / 8
1. கங்குலி முதல் உமாபாரதி வரை! / 11
2. இட்லியின் பெயர் எமோஷனல் இண்டலிஜென்ஸ் / 19
3. ஐ.க்யூ. சோறு போடும்; இட்லி விருந்து வைக்கும்! / 24
4. ஆவியா? சாதமா? / 30
5. ஒரே ஒரு கணம் / 40
6. அவசரம், பரம அவசரம் / 49
7. அண்ணன் அமிக்டலா / 55
8. டெண்டுல்கர் டெக்னாலஜி / 60
9. ஃபீடிங் பாட்டில் தத்துவம் / 65
10. ஒண்ணு வேணுமா? ரெண்டு வேணுமா? / 73
11. கண்டபடி கடிதத்தில் திட்டுங்கள்! / 79
12. நாணாவே நம்பர் 1 / 84
13. அடித்து ஆடுங்கள்! / 89
14. சிரிப்பாகச் சிரித்த டாக்டர் / 92
15. இட்லி ரெடி / 97

முன்னுரை

பணம், சந்தோஷம், அமைதி, சாதனைகள், ஆரோக்கியம், நல்லுறவு என்று வெற்றிக்கு எத்தனையோ உருவங்கள். ஒவ்வொருவரும் வெற்றியை தாங்கள் விரும்பும் உருவங்களில் தேடுகிறார்கள்.

தேடுவது எதுவாக இருந்தாலும் அது கிடைக்க வேண்டும். அதுதான் முயற்சிக்கு மரியாதை.

அந்த மரியாதையை அனைவரும் பெறவேண்டும். அதற்கான ஒரு வழி 'எமோஷனல் இண்டலிஜென்ஸ்.' இது இருபத்து ஐந்து ஆண்டுகளாக மேலை நாடுகளில் கவனிக்கப்பட்டு வரும் ஒரு திறன்.

படிப்பு, அறிவு போன்றவற்றை இண்டலிஜென்ஸ் என்கிறார்கள். யாரும் இந்த இண்டலிஜென்ஸ் தான் வாழ்க்கை வெற்றிக்கு ஒரு நிச்சய வழி என்று அனைவரும் நினைத்திருந்தார்கள்.

ஆனால் இதில் சிறந்து இருந்தவர்களில் சிலர் வெற்றி பெறாததும், ஜெனரல் இண்டலிஜென்ஸில் சுமாராகவே இருந்தும் வேறு சிலர் வாழ்க்கையில் பெருவெற்றி பெற்றதும் ஆராய்ச்சியாளர்களின் கவனத்தைக் கவர்ந்தது. இது ஏன், எப்படி? என்று

ஆராய்ந்தவர்கள் ஜெனரல் இண்டலிஜென்ஸ் தவிர, எமோஷனல் இண்டலிஜென்ஸ் என்ற ஒரு திறனும் அந்த வெற்றிபெற்ற சிலரிடம் மிகுந்திருப்பதைக் கண்டறிந்திருக்கிறார்கள்.

தன்னை, தன் உணர்ச்சிகளை திறம்பட நிர்வகித்துக் கொண்டு, பிறருடைய உணர்வுகளையும் சரியாகப் புரிந்துகொண்டு நடப்பவர்கள், நிச்சய வெற்றி பெறுகிறார்கள் என்ற முடிவுக்கு வந்து விட்டார்கள்.

இந்த இரண்டு திறன்களுக்கும் சேர்த்து எமோஷனல் இண்டலிஜென்ஸ் (உணர்வு பற்றிய புத்திசாலித்தனம்) என்று பெயர்.

ஐந்து வருஷங்களுக்கு முன்பு இதற்கான பயிற்சிக்காக ஜாம்செட்பூரில் உள்ள XLRI கல்வி நிறுவனத்துக்குப் போயிருந்தேன். இதன் அறிமுகம் என்னை ஆச்சரியப்பட வைத்தது. கற்றுக் கொண்டவற்றை கொஞ்சம் கொஞ்சமாக முயற்சி செய்தேன். என்ன ஆச்சரியம்? என் வெற்றிகள் அதிகமாகின.

இதை நம் தமிழ் வாசகர்களுடன் பகிர்ந்துகொள்ள வேண்டும் என்ற ஆர்வத்துக்கு கிழக்கு வாய்ப்பு கொடுத்தது. எழுதி விட்டேன். படித்துவிட்டு உங்கள் அனுபவங்களையும் கருத்துகளையும் எழுதுங்கள்.

சென்னை
09.06.2006

அன்புடன்,
சோம.வள்ளியப்பன்

1. கங்குலி முதல் உமாபாரதி வரை!

உலகமே உற்றுப் பார்த்துக் கொண்டிருக்கிறது. 1997-ம் வருஷ ஹெவி வெயிட் சாம்பியன் யார் என்று முடிவு செய்யும் மாபெரும் குத்துச்சண்டைப் போட்டி. மோதப் போகிறவர்கள் சாதாரண குஸ்தி பயில்வான்கள் அல்லர். பெயரைச் சொன்னாலே பலம் விளங்கக்கூடிய மைக் டைசனும் இவாண்டர் ஹோலிபீல்டும்.

குத்துச்சண்டைக்கு என்று சில கட்டுப்பாடுகள் உண்டு. சண்டையே ஆனாலும் இப்படித்தான் செய்யவேண்டும், இதெல்லாம் கூடாது என்ற கடும் வரைமுறைகளுண்டு. போட்டி ஆரம்பமாகிறது. சூடான மோதல். ரசிகர்களின் ஆரவாரம் போலவே இருவருக்குள்ளும் ஜெயிக்க வேண்டுமென்ற வெறியும் அதிகரித்துக்கொண்டே இருக்கிறது.

சில சுற்றுகள் முடிகின்றன. ஒவ்வொருமுறையும் நடுவர் அந்தச் சுற்று முடிந்தது என்று மணியடித்து, அவர்களிரு வரையும் பிரித்து விடுகிறார். அமைதி. அமைதி. அமைதி. அந்த விசில் சத்தத்துக்கு அதுதான் அர்த்தம். ஆனால்

அவருக்குத் தெரியாது. ஒவ்வொரு சுற்று முடியும்போதும் மைக் டைசனுக்குக் கோபம் ஏறிக்கொண்டே இருக்கிறது. அது ஒரு அணையாத பெருநெருப்பு. கொஞ்சம் காற்றடித்தால் அக்கம்பக்க மெங்கும் பற்றிக்கொண்டுவிடக்கூடிய பாஸ்பரஸ். தன்னைக் கட்டுப்படுத்த முடியாமல் தள்ளாடித் தள்ளாடிப் போய் அமர்கிறார் டைசன்.

அவரது பார்வை, எதிரே இன்னொரு மூலையில் சாதாரணமாக அமர்ந்திருக்கும் ஹோலிஃபீல்டின்மீதுதான். வெறும் பார்வையா அது? பற்றிக்கொள்ளும் பார்வை. பஸ்பமாக்கிவிடக்கூடிய அக்னிப் பார்வை. ஆனாலும் இது மைதானம். நடப்பது வெறும் விளையாட்டுப் போட்டி.

வெறும் விளையாட்டுத்தானா? அவ்வளவேதானா?

டைசன் தன்னை மறந்துகொண்டிருந்தார். அவரது கோபம் ஒரு புயலின் வேகத்தைத் தொட்டபோது அடுத்த சுற்று ஆரம்பித்தது.

அந்தக் கணம் அதிர்ஷ்ட தேவதை ஹோலிஃபீல்டின் ஹெல் மெட்டுக்குள் உட்கார்ந்திருந்தபடியால், திடீரென்று அவர் தன் தலையால் மைக் டைசனை ஓங்கி முட்டுகிறார். இது விதிமுறை களுக்கு உட்பட்ட மோதல்தான். பொங்கியெழச் செய்ய பொடி மட்டை அளவு தவறும் இல்லை.

ஆனால் மோதப்பட்டவர் டைசன் அல்லவா? அதாவது அவரது ஆணவத்தின் மீது நிகழ்த்தப்பட்ட மோதல் அது. அவ்வளவு தான். டைசன் தன் சுய கட்டுப்பாட்டை இழக்கிறார். உடலெங் கும் மின்சாரம் போல் ஒரு வெறி பரவுகிறது. பற்களைக் கடிக்கி றார். கரங்கள் துடிக்கின்றன. மோதி மிதித்துவிடு என்று சாத்தான் ஒன்று உள்ளுக்குள் குரல் கொடுக்க, மிதிக்க நினைத்தவர் தடம் மாறிக் கடித்து விடுகிறார்.

சர்வதேசப் பிரசித்தி பெற்றுவிட்ட காதுக் கடி.

இது அசிங்கம், அருவருப்பு, விதி மீறல் என்று டைசனுக்குத் தெரியாது? உலக ஹெவி வெயிட் சாம்பியனுக்குத் தெரியாது? தன் ரசிகர்களே தன்மீது காறித்துப்புவார்களே என்று தோன் றாமலா போயிருக்கும்? ஆனாலும் ஏன் கடித்தார்? அதுவும் காதைப் போய்?

கொஞ்சம் ஆசுவாசப்படுத்திக்கொள்ளுங்கள். இன்னொரு விஷயத்தைப் பார்க்கலாம்.

1992, மார்ச் 4, சிட்னி ஆஸ்திரேலியா. உலகக் கோப்பை கிரிக்கெட் போட்டி நடந்துகொண்டிருக்கிறது. இந்தியா பாகிஸ்தானுக்கு இடையேயான லீக் சுற்றுப்போட்டி. இரண்டு விக்கெட்டுகளை இழந்து பாகிஸ்தான் விளையாடிக் கொண்டிருக்கிறது. ஜாவித் மியான்டடுக்கு சச்சின் டெண்டுல்கர் பந்து வீசிக் கொண்டிருக் கிறார். இந்தியாவின் விக்கெட் கீப்பராக கிரன் மோரே.

பொதுவாக ஸ்டெம்புகளுக்குப் பின்னால் நின்று கொண்டிருக் கும் விக்கெட் கீப்பர்கள் சும்மாவே இருக்கமாட்டார்கள் 'அப்படிப் போடு', 'இப்படிப் போடு', 'ஆகா! அற்புதம்' 'அவ்வளவுதான்!' இப்படி ஏதாவது உற்சாகமூட்டும் கமெண்டு களை அள்ளி வீசிக்கொண்டேயிருப்பார்கள். அதிலும், கிரன் மோரே எல்லோருக்கும் ஒரு படி மேல். தனது கூச்சல்களுடன் கூடவே ஏதாவது சேஷ்டைகளும் செய்வார்.

அந்தச் சமயத்தில், கிரன் மோரே அம்பயரிடம் பலமுறை 'விக்கெட் அப்பீல்' செய்துகொண்டிருந்தார். மியான்டட் மட்டும் என்ன, சளைத்தவரா? அவருக்கும் கிரன் மோரேக்கும் இதனால் சிறு வாக்குவாதம் ஏற்பட்டது. அடுத்த பந்தை சச்சின் வீசினார். தடுத்து ஆடிய மியான்டட், ஒரு ரன் ஓடி எடுக்க முயன்று, முடியாமல் எரிச்சலாக தன் எல்லைக்கே வேகமாகத் திரும்புகிறார். திரும்பி யவர், திடீரென மட்டையை இரு கைகளாலும் தலைக்குமேல் தூக்கி வைத்தபடி, எம்பி எம்பி குரங்கு போல் குதிக்க ஆரம்பிக் கிறார். மியான்டட்டின் செயலை மைதானமே அதிர்ச்சியோடும் வியப்போடும் பார்க்கிறது. அவரது நோக்கம், கிரன் மோரேவை வெறுப்பேற்ற வேண்டும் என்பதுதான்! இது எல்லோருக்கும் புரிந்துவிட்டது.

பல்லாயிரக்கணக்கான ரசிகர்கள் முன்னிலையில் மியான்டட் ஏன் அப்படி நடந்து கொண்டார்? எத்தனை வருஷ அனுபவஸ்தர்! பின்னால் பாகிஸ்தான் அணிக்குக் கேப்டனாகவே இருந்தவர். எத்தனை செஞ்சுரிகள், எத்தனை எத்தனை சாதனைகள் நிகழ்த்தியவர்! ஆனாலும் ஏன் அப்படியொரு குரங்கு சேஷ்டை செய்தார்?

இதுவும் இருக்கட்டும். அப்புறம் பார்க்கலாம்.

பாரதீய ஜனதா கட்சியின் உயர்மட்டக் கூட்டம். முன்னாள் பிரதமர் வாஜ்பாயி அமர்ந்திருக்கிறார். உடன் இன்னும் பல சீனியர் கட்சித்தலைவர்கள் அமர்ந்திருக்கிறார்கள். கட்சியின் அப்போதைய செயலாளர்களுள் ஒருவரான உமாபாரதியும் அங்கிருக்கிறார். அந்த சமயத்தில், உமாபாரதி, அத்வானியைப் பற்றித் தவறுதலாகப் பேசியது குறித்து விவாதம் எழுகிறது. அங்கே இருந்த அத்வானி அபிமானிகள் பலரும் இந்த விவகாரத் தில் கொதித்துப் போயிருந்தார்கள். அது குறித்த அறிக்கை ஒன்றையும் அவர்கள் கூட்டத்தில் வெளியிட்டார்கள்.

அதில் இருந்த விஷயங்கள் செல்வி உமாபாரதியை, அவருடைய செயல்பாட்டைக் குறைகூறுவதாகவும் கண்டிப்பதாகவுமிருக் கிறது. உமாபாரதி உஷ்ணமாகிறார். தன் இருக்கையில் இருந்து எழுகிறார். அந்த அறிக்கையைப் பல துண்டுகளாகக் கிழிக் கிறார். அத்வானியின் முகத்துக்கு நேராக வீசிவிட்டு அந்த இடத் தை விட்டு வேகமாக வெளியேறுகிறார்.

உமாபாரதி வெறும் செல்வி அல்ல. துறவு வாழ்க்கை வாழ்வ தாகச் சொன்னவர். சாந்த சொரூபியாகக் காட்டிக்கொள்வதில் எப்போதும் கவனமானவர். போராட்டங்களில் மட்டும்தான் கொடி பிடிப்பார். மற்றபடி அமைதியான பெண்மணி என்று பெயரெடுத்தவர். அவர் இப்படி நடந்து கொண்டதன் காரணம்?

•

வேறொரு சம்பவம்.

2002, ஜுலை. இந்தியா இங்கிலாந்துக்கு இடையேயான ஒருநாள் கிரிக்கெட் போட்டி. இங்கிலாந்தின் லார்ட்ஸ் மைதா னத்தில் அன்றைய ஆட்டம். இந்தியா இரண்டாவது பேட்டிங். 146 ரன்னுக்குள் ஐந்து விக்கெட்டுகள் விழுந்துவிட்டன. நிர்ண யிக்கப்பட்ட இலக்கு 327. போச்சு, அவ்வளவுதான் இந்தியா என கிட்டத்தட்ட ரசிகர்கள் முடிவு செய்துவிட்டனர். களத்தில் இருப்பது யுவராஜ் சிங்கும் முகமது கைஃபும். பந்துக்கு பந்து டென்ஷன். இருவரும் அருமையாக விளையாட, இலக்கை நெருங்கிக் கொண்டிருக்கிறது இந்தியா. கேப்டன் கங்குலியால் (லார்ட்ஸ் மைதானத்தின் புகழ்பெற்ற பால்கனியில்) உட்காரக் கூட முடியவில்லை.

இறுதி ஓவர். டென்ஷனின் உச்சத்தில் ஆயிரக்கணக்கானவர்கள் நகத்தைக் கடித்துக் கொண்டிருக்க, மூன்று பந்துகள் மீதம்

இருக்கையிலேயே, அருமையாக ஆடி, கைஃப் இந்தியாவின் ஸ்கோரை 327-க்கு எடுத்துச் செல்கிறார். இந்த வெற்றியின் மூலம் இந்தியா அந்தத் தொடரையே வென்றது.

அதே ஆண்டில், அதற்குமுன் இந்தியாவில் நடந்த ஒரு நாள் கிரிக்கெட் தொடரை இங்கிலாந்து சமன் செய்தபோது, அந்நாட்டு வீரர் ப்ளிண்டாஃப் வெற்றிக் களிப்பில் தன் டீ சர்ட்டைக் கழற்றி, தலைக்கு மேல் கைகளால் சுற்றியபடி மைதானத்தைச் சுற்றி வந்தார். அந்தப் பகை. அதனால் மனத்தில் ஏற்பட்ட காயம். வெற்றிக் களிப்பில் கேப்டன் கங்குலி, பால்கனியில் இருந்தபடி தன் டீ சர்ட்டை வேகமாகக் கழட்டுகிறார். அதைத் தலைக்கு மேல் தூக்கிப்பிடித்து பல சுற்றுகள் ஆவேசமாகச் சுற்றுகிறார். அவர் கண்களில் வெறி, வெற்றி பெற்ற வெறி. பலருடைய புருவங்கள் மேலேறுகின்றன.

கங்குலி ஏன் அப்படி நடந்து கொண்டார்? இதுவும் விளை யாட்டே அல்லவா?

•

அது ஒரு திரைப்பட விழா. நூற்றுக்கணக்கான முக்கியப்புள்ளி கள் கலந்துகொண்ட அந்த விழாவில் இயக்குநர் பாலசந்தர் பேசும் போது, 'பாரதிராஜா 'புதிய வார்ப்புகள்' என்ற அருமை யான படம் எடுத்ததற்காக, நான் அவர் காலில் விழத் தயார்' என்கிறார்.

அது மிகவும் நல்ல படம் என்று சொல்லியிருக்கலாம். அருமை யான படம் என்று சொல்லியிருக்கலாம். தலைசிறந்த படம் என்று சொல்லியிருக்கலாம். எல்லாவற்றையும் விட்டுவிட்டு காலில் விழத் தயார் என்று ஏன் சொல்லவேண்டும்?

டாக்டர் செரியன். இந்தியாவின் மிகச் சிறந்த இதய நோய் மருத்துவர்களில் ஒருவர். 50 ஆண்டுகளுக்கும் மேலாக உன்னத மான சேவை செய்தவர். தனது 85 வது வயதில் மாடியில் இருந்து கீழே குதித்து தற்கொலை செய்துகொண்டார். ஆயிரக் கணக்கான நோயாளிகளை மரணத்தில் இருந்து மீட்டெடுத் தவர், ஏன் இப்படி ஒரு கோரமான முடிவைத் தேடிக் கொண்டார்?

பல வெற்றிப் படங்களைத் தயாரித்த ஜி.வி. என்கிற ஜி. வெங்கடேஸ்வரன், ஒருநாள் ஃபேனில் தூக்கு மாட்டிக்கொண்டு

தற்கொலை செய்து கொண்டார். திரையுலகில் எத்தனையோ ஏற்ற இறக்கங்களைப் பார்த்தவர். அப்போதெல்லாம் சமாளித் தவர், திடீரென்று இப்போது ஏன் இப்படிச் செய்தார்?

மேற்சொன்ன இவர்கள் செய்தவை இவர்களையும் சம்பந்தப் பட்டவர்களையும் பாதித்தன. இந்தச் செயல்பாடுகளின் அதிர்வு கள் வெகுகாலத்துக்கு இருந்தன.

இவர்கள் யாரும் நிச்சயம் இப்படித்தான் செய்யப்போகிறோம் என்று அதற்கு முன் திட்டமிட்டிருக்க முடியாது. எல்லாமே திடீரென நடந்தது. அந்தக் கணம், அவர்களுக்கு அப்படிச் செய்யலாம் என்று தோன்றியிருக்கிறது. செய்துவிட்டார்கள். ஏதோ ஒன்று நடக்கிறது. உடனே அவர்கள், அதற்கு மறுவினை யாக இப்படிச் செய்துவிட்டார்கள்.

சிந்திக்கவில்லை. சிந்திக்கும் முன்பே செயல்பட்டுவிட்டார் கள். அவர்கள் அப்படிச் செயல்பட்ட நொடிக்கு முந்தைய நொடி வேறு ஏதும் நிகழந்திருந்தால் அவர்கள் அப்படிச் செயல்பட்டிருக்க மாட்டார்கள். வேறுவிதமாகச் செயல்பட்டு இருக்கலாம்.

இவர்கள் மட்டுமில்லை. நாம் எல்லோருமே உணர்ச்சிவசப்படக் கூடியவர்கள். அதீதமான கோபம், ஆத்திரம், பயம், வெட்கம், துக்கம், மகிழ்ச்சி என்னென்னவோ உணர்வுகள் வருகின்றன. அவை எல்லை மீறும்போது, ஏதோ செய்துவிடுகிறோம். செய்தது பற்றி பின்பு யோசித்துப் பார்த்தால், நமக்கே கூட வேடிக்கையாக இருக்கும். வெட்கமாக, ஏன் வருத்தமாகக் கூட இருக்கும். ஆனால் செய்தது செய்ததுதானே! மாற்றவா முடியும்?

உணர்ச்சி. மனித அறிவுக்கு ஒரு பங்காளி உண்டென்றால் அது இதுதான். காப்பிக்கு சர்க்கரை மாதிரி, சாம்பாருக்கு உப்பு மாதிரி 'தேவைக்கேற்ப' கையாளப்படவேண்டிய இந்த வஸ்து தான் நம் வாழ்வின் பல கட்டங்களில் வெற்றி தோல்வியைத் தீர்மானிக்கிறது.

எந்த உணர்ச்சியையும் அடக்கு என்று சொல்லமுடியாது. சொல்லவும் கூடாது. இயற்கையாக நமக்கு வருகிற உணர்ச்சிகள் அனைத்துமே நமது வாழ்க்கைக்கு வண்ணம் சேர்க்கிற விஷயங் கள்தான். அவை கொஞ்சம் கூடுதலாகவோ குறைச்சலாகவோ ஆகும்போதுதான் பிரச்னையே.

கொஞ்சம் யோசித்துப் பாருங்கள்! மைக் டைசனின் எந்த ஒரு குத்தாவது சரித்திரத்தில் நிலைத்ததா? அந்தக் காதுக் கடி விவகாரம்தானே இன்றுவரை நின்றிருக்கிறது?

அவரது அறிவா அவரை அப்படிச் செய்யச் சொன்னது? ஒருக்காலும் இருக்கமுடியாது. எல்லாம் அந்தப் 'பங்காளி'யின் கைங்கர்யம்தான்.

2. இட்லியின் பெயர் எமோஷனல் இண்டலிஜென்ஸ்

பாண்டியன் என்பவர் ஒரு தொழிற்சாலையில் பராமரிப்பு அலுவலராகப் பணிபுரிகிறார். ஒருநாள் மதிய வேளை. பாண்டியனும் அவருடைய தொழிற்சாலையின் தலை வரும் இன்னும் சில அதிகாரிகளும் கேண்டீனில் அமர்ந்து சாப்பிட்டுக் கொண்டிருக்கிறார்கள். அப்பொழுது 'நேற்று நம்ம உற்பத்தி குறைஞ்சு போனதுக்கான காரணம் என்ன?' எனத் தொழிற்சாலையின் தலைவர் கேட்கிறார்.

இதற்கான பதிலை உற்பத்தி மேலாளர் சுபாஷ் சொல்ல வேண்டும். சுபாஷ் இந்தக் கேள்வியை அப்பொழுது எதிர்பார்க்கவில்லை. ஏதோ சொல்ல ஆரம்பித்த சுபாஷ் திடீரென்று, 'நம்ம தொழிற்சாலையிலுள்ள வாட்டர் கூலர் கள் சரியா வேலை செய்யல. அதான் உற்பத்தி குறைந்த தற்கு முக்கியமான காரணம். இதனால் தொழிலாளர் களுக்கு மனக்குறை. அதைத்தான் இப்படி அவர்கள் உற் பத்தியில் காட்டுகிறார்கள்' என்கிறார்.

என்ன அபத்தம் இது! உண்மைக் காரணம் அதில்லை என்பது அங்கே அமர்ந்திருந்த அனைவருக்கும் தெரியும். சப்ளையர் உள்பட.

இருந்தாலும் தொழிற்சாலையின் தலைவர், வாட்டர் கூலர் உள்பட எல்லா இயந்திரங்களின் பராமரிப்புக்கும் பொறுப்பான பாண்டியனைப் பார்த்து, 'ஏன் வாட்டர் கூலர் வேலை செய்ய வில்லை?' என்று கேட்கிறார்.

பாண்டியனுக்கும், உற்பத்தி மேலாளர் சுபாஷுக்கும் கொஞ்சம் ஒத்துவராது. 'என்னடா இது? சுபாஷை, உற்பத்தி ஏன் குறை கிறது என்று தலைவர் கேட்டால், அவர் சாமர்த்தியமாகப் பிரச் னையை நம்மீது திருப்பப் பார்க்கிறாரே' என்று பாண்டியனுக்குக் கோபம்.

'வாட்டர் கூலருக்கும் உற்பத்திக்கும் என்ன சம்பந்தம்?' என்று சுபாஷைத் திருப்பிக் கேட்கிறார். ஆனால் சுபாஷ் லேசாகச் சிரிப்பது போலப் பாண்டியனுக்குத் தெரிய, 'என்னை நன்றாக மாட்டிவிட்டதாக நினைத்து சந்தோஷப்படுகிறாயா' என்று பாண்டியனுடைய கோபம் இரண்டு மடங்காக அதிகரிக்கிறது.

சுபாஷ் கொஞ்சம்கூட பதற்றப்படவேயில்லை. பாண்டியனைப் பார்த்து, 'சார் கேட்டாரில்லையா? முதல்ல அதுக்கு பதில் சொல்லுங்க. வாட்டர் கூலர் ஏன் வேலை செய்யலை?' என்கிறார். 'இவர் யார் நம்மைக் கேள்வி கேட்க?' என்று பாண்டி யனுக்குக் கோபம் தலைக்கு ஏறுகிறது.

உடனே படபடப்பாக, 'அது இருக்கட்டும். அதற்குமுன் சார் கேட்டாரில்லையா ஏன் உற்பத்தி குறைகிறதென்று, அதற்கு நீங்கள் பதில் சொல்லுங்கள்' என்கிறார்.

இப்பொழுது தொழிற்சாலையின் தலைவரும் சாப்பிடுவதை நிறுத்திவிட்டு, பாண்டியனை நிமிர்ந்து பார்க்கிறார். தான் நினைத்தபடியே சூழ்நிலை மாறுவதைக்கண்ட சுபாஷ், ரசித்துச் சாப்பிட்டபடியே, 'அதான் சொன்னேனே. ஒர்க்கர்ஸ் கம்ப் ளைண்ட் பண்ணுறாங்கன்னு'.

உற்பத்தி செய்ய வேண்டிய நூற்றுக்கணக்கான மிஷின்களையும் நாம் சரியாகப் பராமரிக்கிறோம். அதைப்பற்றி ஒரு பேச்சு இல்லை. ஏதோ ஓர் இடத்தில் உள்ள ஒரு வாட்டர் கூலர் வேலை செய்ய வில்லை. அதுதான் மொத்த உற்பத்திக் குறைவுக்கும் காரணமா?

கோபம் அதிகமாகிவிட்ட பாண்டியன் ஏதோ சொல்ல முற்பட, மீண்டும் நிமிர்ந்து பார்த்த தலைவர், பாண்டியனைப் பார்த்து,

‘கூலர் வேலை செய்யுதா இல்லையா பாண்டியன்? அதைச் சொல்லுங்கள்’ என்கிறார்.

‘ஒரு கூலர்தான் சார். அதுவும் நேற்று சாயங்காலத்தில் இருந்து தான்...’ என இழுக்கிறார் பாண்டியன். அவர் குரல் கம்மிவிட்டது.

‘ஓ.கே. அதை சீக்கிரம் சரி செய்யப் பாருங்கள்’ என்று தலைவர் சொல்ல, பாண்டியனுக்கு மனம் உடைந்தே போய்விட்டது.

தான் ஒழுங்காக வேலை செய்பவன் என்று தலைவருக்குத் தெரியும்தான். இந்த உற்பத்தி மேலாளர்தான் வேலை செய்யா மல் வீண் பிரச்னை செய்பவரென்றும் அவருக்குத் தெரியும். இருந்தும் ஏன் சுபாஷ் சொல்வதை வைத்து நம்மை நாலு பேர் மத்தியில் இப்படிக் கேட்கிறார்? பாண்டியனால் சாப்பிட முடியவில்லை.

மற்றவர்கள் தொடர்ந்து பேசுகிறார்கள். வழக்கம் போல தலைவர் மெதுவாகவே சாப்பிடுகிறார். சுபாஷ், அன்றைக்குக் காலையில் நடந்த ஏதோ ஒரு சம்பவம் பற்றி விரிவாக எடுத்துச் சொல்ல, தலைவரும் மற்றவர்களும் ரசித்து சத்தமாகச் சிரிக் கிறார்கள். பாண்டியனால் சிரிக்க முடியவில்லை. மேலும், சுபாஷைப் பார்க்கப் பார்க்க, எரிச்சலாக வந்தது. பாண்டியன், ‘எனக்குக் கொஞ்சம் வேலை இருக்கிறது’ என்று தலைவரிடம் சொல்லிவிட்டு விருட்டென எழுந்து கைகழுவப் போய் விடுகிறார்.

பாண்டியன் நல்லவர்தான். ஆனால் பாண்டியன் வல்லவரா? பாண்டியன் வேலையிடத்தில் வெற்றி பெறுவாரா? பாண்டி யனுக்கும் சுபாஷுக்கும் என்ன வித்தியாசம்? இருவரும் ஏன் இப்படி வேறு வேறு விதத்தில் நடந்துகொள்கிறார்கள்?

நடந்து முடிந்தது ஒரு சாதாரணச் சம்பவம். பாண்டியன் பொறி யியல் படிப்பில் மிக நல்ல மதிப்பெண் பெற்று, கேம்பஸ் இண்டர்வியூவில் தேர்வாகி, வேலைக்கு வந்தவர். தன் வேலை யில் கெட்டிக்காரர். எவ்வளவு முக்கியமான மிஷின் ‘பிரேக் டவுன்’ ஆனாலும், சரி செய்யக் கூடியவர். ஆனால், அந்த ஆண்டு முடிவில் பாண்டியன் எப்படி வேலை செய்தார் என்று பார்க்கப் பட்ட ‘அப்ரைசலில்’, அவருக்கு சரியான ‘மதிப்பெண்’ கிடைக்க வில்லை. மேலும் தொழிலகத் தலைவர், பாண்டியனுக்குப் பதவி உயர்வு பரிந்துரைக்கவில்லை.

தலைவர் அதற்கு எழுதிய காரணம் - 'பாண்டியன் உணர்ச்சிவயப் படுபவர். இதனால் பாண்டியனால் மற்றவர்களுடன் இணைந்து சிறப்பாகப் பணியாற்ற முடியாது. மேலே போகப்போக சூழ் நிலைகளைப் புரிந்துகொண்டு அதற்கேற்ப நடந்துகொள்ளும் திறன் அவரிடம் இல்லை' என்பதுதான்.

வெற்றி பெற, நிம்மதியாக இருக்க, வெறும் புத்திசாலித்தனம் மட்டும் போதாது. ஆங்கிலத்தில், அறிவை இண்டலிஜென்ஸ் என்கிறார்கள். அதைச் சுருக்கமாக, ஐ.க்யூ (IQ) என்கிறார்கள்.

இப்பொழுது பிறக்கும் குழந்தைகளின் ஐ.க்யூ அதிகமாக இருப்பதாக, பெருமையாகச் சொல்லுகிறார்கள். பாண்டியனும் ஐ.க்யூ அதிகமிருப்பவர்தான். பள்ளியில், கல்லூரியில் மிகச் சிறந்த மதிப்பெண்கள் பெற்றவர். அவரை விட சுபாஷ் பெற்ற மதிப்பெண்கள் குறைவுதான். ஆனால், சுபாஷுக்கு இன்னொரு திறன் அதிகம்.

இதனை **எமோஷனல் இண்டலிஜென்ஸ்** (EI) என்கிறார்கள். உணர்வுகளைக் கையாள்வதில் திறமைசாலி என்பது இதன் பொருள்.

ஜிஆர்இ (GRE) படிப்பு தெரிந்திருக்கும். அமெரிக்கா போய் மேல் படிப்பு படிப்பதற்கு எழுத வேண்டிய நுழைவுத்தேர்வு. மிகவும் கடினமானது. இதில் தேறுவதற்கு நிறைய அறிவும் கடும் உழைப் பும் வேண்டும். இதில் மிகச் சிறப்பான மதிப்பெண்கள் வாங்கிய மாணவர்கள், வாழ்க்கையில் பின்னாள் தங்கள் வேலைகளில் எப்படி மிளிர்கிறார்கள் என்று தெரிந்துகொள்ள, அமெரிக்காவில் ஓர் ஆராய்ச்சி செய்திருக்கிறார்கள். அதில் இருபது வருஷங் களுக்கு முன் ஜிஆர்இ தேர்வில் மிகச் சிறந்த மதிப்பெண்கள் பெற்ற 95 நபர்களின் விவரங்களைத் திரட்டியிருக்கிறார்கள். அந்த 95 நபர்களில் வெறும் பதினைந்தே பேர்தான் மிக உயர்ந்த பதவிகளை அடைந்திருக்கிறார்கள்.

அப்படியென்றால், மீதமுள்ள எண்பது பேர்? அவர்கள் தங்கள் பணியிடங்களில், அவ்வளவு பெரிய அளவு வெற்றி பெற்றிருக்க வில்லை.

ஆகவே, அறிவுத் திறனில் மிகச் சிறப்பாக இருப்பது மட்டுமே வாழ்க்கை வெற்றிக்குப் போதுமானதில்லை என்கிற முடிவுக்கு வல்லுநர்கள் வந்திருக்கிறார்கள். அதோடு விட்டுவிடவில்லை.

நம்மூர் கார்ப்பரேஷன் பள்ளிகளைப்போல அமெரிக்காவிலுள்ள சாதாரணப் பள்ளிகளில் படித்த 450 மாணவர்களின் ரிகார்டுகளைத் தேடியிருக்கிறார்கள். மிகச் சாதாரண மதிப்பெண்கள் பெற்ற மாணவ மாணவியர்கள் அவர்கள். அப்படிச் சுமாராகப் படித்தவர்களில் சிலர் நம்பமுடியாத அளவு உயர்ந்த நிலைகளுக்கு வந்திருந்தார்கள்.

தொடர்ந்து ஆராய்ச்சிகள் செய்ததில், வெற்றியில் புத்திசாலித்தனத்தின் பங்கு 20 சதவிகிதம் என்றும், வேறுபல காரணங்கள் தான் மிச்சமுள்ள 80 சதவிகிதத்தில் பங்காற்றுகின்றன என்ற முடிவுக்கு வந்திருக்கிறார்கள்.

அந்த எண்பது சதவிகிதத்தில் மிக மிக முக்கியமான சதவிகிதத்தைப் பெற்றிருப்பது இந்த எமோஷனல் இண்டலிஜென்ஸ் (EI).

இது மேலை நாட்டவர்களால் கண்டுபிடிக்கப்பட்டு இங்கே சுடச் சுட வந்திருக்கும் விஷயம். இன்னும் சரியான தமிழ்ப்பெயர் கூட சூட்டப்படவில்லை.

நாம் ஒரு முயற்சி செய்து பார்ப்போமா? எமோஷன் என்றால் உணர்ச்சி. இண்டலிஜென்ஸ் என்றால் புத்திசாலித்தனம். ஆக, உணர்ச்சிமயமான புத்திசாலித்தனம்? உணர்ச்சி கலந்த புத்திசாலித்தனம்?

ம்ஹூம். அர்த்தம் தோதுப்படவில்லை. உணர்ச்சிகளைச் சரியாகக் கையாளத் தெரிந்த புத்திசாலித்தனம் என்பதுதான் சரியாக இருக்கும்.

இதற்கு என்ன பெயர் வைக்கலாம்?

ரொம்ப மெனக்கெடவே வேண்டாம். நமது சௌகரியம்தான் நமக்கு முக்கியம். எமோஷனல் இண்டலிஜென்ஸ் என்கிற பதத்துக்கு, நமக்கு நன்கு தெரிந்த, நாம் தினசரி பார்க்கிற, ரசிக்கிற, ருசிக்கிற ஏதாவது ஒரு பழக்கப்பட்ட பெயரை இப்போதைக்கு வைத்துக்கொள்வோம்.

உங்களுக்கு சச்சின் பிடித்தால் சச்சின் என்று வைத்துக்கொள்ளுங்கள். ஐஸ்வர்யாராய் பிடித்தால் அப்படியே வைத்துக்கொள்ளுங்கள். இந்தப் புத்தகம் முழுக்க எமோஷனல் இண்டலிஜென்ஸ் என்ற விஷயத்தை நாம் 'இட்லி' என்று வைத்துக்கொள்வோம். ஓ.கே. தானே? இட்லி.

3. ஐ.க்யூ சோறு போடும்; இட்லி விருந்து வைக்கும்!

எமோஷனல் இண்டலிஜென்ஸ் என்பது சே, ஸாரி! இட்லி என்பது அப்படி ஒன்றும் நமக்கு சுத்தமாகத் தெரியாத ராக்கெட் சயின்ஸ் இல்லை. உணர்வுகளைக் கட்டுப்படுத்துவதுதான் அது. காதல் என்பது ஓர் உணர்வு. கோபம் இன்னொரு உணர்வு. பயம் வேறொரு உணர்வு. இப்படிப் பல உணர்ச்சிகள் எல்லாருக்குமே வரும். ஆனால், அதையெல்லாம் அப்படியே வெளிக்காட்டாமல் சிலர், இடம் பொருள் ஆள் தெரிந்து கவனமாக, தேவைப்பட்டால் மட்டும், தேவைப்படும் அளவு மட்டும் வெளிப்படுத்துகிறார்கள். அவர்கள் சாமர்த்தியசாலிகள். அவர்களை எமோஷனலி இண்டலிஜென்ட் என்றழைக்கலாம். அதாவது, நன்றாக பூப்போல வெந்த இட்லி.

உலகமெங்கும் தொழில் புரட்சி தொடங்கியதுமே இயந்திரங்களும் கணக்குகளும்தான் வாழ்க்கைக்கு முக்கியம் என்ற எண்ணம் அனைவருக்கும் வந்துவிட்டது. அதில் இருந்து அறிவுத் திறனுக்குத்தான் முதல் மரியாதை, முழு மரியாதை. அறிவு முக்கியம் என்றானபின், 'யார் அறிவாளி? யார் பெரிய அறிவாளி?' என்ற கேள்விகள் எழுந்தன.

அதற்காக 1905-ல் முதன்முதலில் 'இண்டலிஜென்ஸ் டெஸ்ட்' என்ற ஒரு சோதனையைச் செய்தார்கள். அதற்கு, 'பினெட் சர்வே' (Binet Survey) என்று பெயர். மக்களின் 'மென்ட்டல் ஏஜ்' எனப்படும், மூளைத்திறன் வயது எனப்படும் அறிவு முதிர்ச் சியைக் கண்டுபிடிப்பதற்கான சர்வே என்று அது சொல்லப் பட்டது. ஒத்த வயதினரிடையே உள்ள அறிவு வித்தியாசங் களைக் கண்டுபிடிப்பதற்குத்தான் அச்சோதனை நடத்தப்பட்டது.

இந்த இண்டலிஜென்ஸ் என்பதை ஒப்பிட்டுப் பார்க்க, நமக்கு இப்பொழுது நன்கு பரிச்சயமாக இருக்கும் ஐ.க்யூ என்பதை, அப் பொழுதுதான் முதன்முதலாக உருவாக்கியிருந்தார்கள். இண்டலி ஜென்ட் கோஷன்ட். அதைக் கண்டுபிடிப்பதற்கு ஒரு பார்மு லாவையும் உருவாக்கியிருந்தார்கள்.

முதலில், ஒருவருடைய மூளைத்திறனின் வயது என்ன என்று கண்டுபிடிப்பது. பின்பு அவர்களின் வயதுக்கு ஏற்ப, அதை 'சரி செய்து' வெளியிடுவது. அப்படிச் செய்தால்தானே வயதானவர் கள் அவர்களின் வயதுக்குத் தக்க அறிவில் வளர்ந்திருக்கிறார்களா என்று தெரியும்? இல்லாவிட்டால் ஏழு வயதுப் பையன் அவன் வயதை ஒத்த மற்ற பையன்களைவிட அதிக புத்திசாலியா இல்லை குறைவான புத்திசாலியா என்று எப்படித் தெரியும்? வய தான ஒருவரையும் வயது குறைந்த மற்றவரையும் ஒப்பிட்டால், யார்வயதுக்கு மீறிய அறிவுத்திறன் கொண்டவர், யார் அசமஞ்சம்? என்று கண்டுபிடிப்பதற்கு மிகச் சுலபமான ஃபார்மு லாவை உருவாக்கினார்கள்.

IQ = (Mental Age/ Chronological Age) x 100

என்பது அந்த ஃபார்முலா. Chronological Age என்றால் ஒருவருடைய வயது.

கொஞ்சம் தலை சுற்றுகிறதா? கூடாதே. இன்னும் எளிமையாகப் பார்க்கலாம்.

உங்களுக்குப் பதினெட்டு வயது என்று வைத்துக்கொள்ளுங்கள். உங்கள் மூளையின் வயதும் பதினெட்டாகத்தான் இருக்க வேண்டும் என்கிற அவசியம் இல்லை. உங்களை விட உங்கள் மூளைத்திறன் வேகமாக வளர்ந்திருக்கலாம். அதாவது உங்கள் வயதே இருக்கும் அடுத்தவர்களை விட உங்கள் மூளைத்திறன்

அதிகம். பிறவி அதிபுத்திசாலிகள் இருப்பதில்லையா? - அந்த மாதிரி. ஆக, உங்களுக்கு 18. உங்கள் மூளைக்கு 20.

ஏதேதோ காரணங்கள். உங்களை விட உங்கள் மூளை வளரக் கொஞ்சம் தாமதமும் ஆகலாம். அப்போது உங்களுக்கு 20. உங்கள் மூளைக்குப் பதினெட்டு.

மூளைக்கு மட்டுமல்ல. மனிதர்களில் சிலருக்கு எலும்புகளில் கூட இந்த வளர்ச்சி விகிதம் இப்படித்தான் இருக்கும். இரண்டு வயதுக் குழந்தை ஒன்றுக்கு மூன்று வயதுக்குத் தகுந்த எலும்பு வளர்ச்சி இருப்பதாக டாக்டர்கள் சொல்லிவிட, அதன் பெற்றோர் மிகவும் கதிகலங்கி, கண்ணீர் மல்க நின்றுவிட்டார்கள். இதெல்லாம் பெரிய விஷயமே இல்லை என்று விளக்கிச் சொல்லிப் புரிய வைப்பதற்கு அந்த டாக்டர் பட்டபாடு எனக்குத் தெரியும்.

அது இருக்கட்டும். விஷயத்துக்கு வருவோம்.

இதுவரை பெரும்பாலும் ஒருவர் புத்திசாலியா இல்லையா என்று கணிப்பதற்கு ஐ.க்யூதான் அளவீடு. இது ரத்தத்திலேயே வருகிறதா அல்லது அனுபவம், படிப்பின் மூலம் வருகிறதா என்றெல்லாம் ஆராய்ச்சிகள், விவாதங்கள் நடந்துகொண்டு இருக்கின்றன. சொல்லப்போனால் நமது 'இட்லி'க்குத் தாத்தா, இந்த ஐ.க்யூ தான்.

சமீப காலமாகத்தான் இந்த இட்லி பற்றி ஒரு விழிப்புணர்வு வந்திருக்கிறது. ஆரம்பித்து வைத்தவர் பெயர் ஹோவார்ட் கார்ட்னர். இவர் ஹார்வர்ட் பல்கலைக்கழகத்தில் ஒரு சைக்காலஜிஸ்ட். 1983-ம் ஆண்டு, மல்ட்டிபிள் இண்டலிஜென்ஸ் என்று ஒரு கட்டுரை எழுதி வெளியிட்டார். அதில் அவர் மனிதர்களிடம் மொத்தம் ஏழு விதமான புத்திசாலித்தனங்கள் இருப்பதாகப் பட்டியலிட்டார்.

   1. வார்த்தைகள் சம்பந்தப்பட்டது (Verbal, Linguistic)

   2. தர்க்கம் மற்றும் கணிதம் (Logical, Mathematics)

   3. சங்கீதம் (Musical, Rhythmic)

   4. பார்வை, இடங்கள் (Visual, Spatial)

   5. உடல் சம்பந்தப்பட்டது (Body, Kinetic)

6. *மனம் சம்பந்தப்பட்டது* (Emotional)

7. *மற்றவர்களுடன் பழகுவது* (Interpersonal)

இப்படியெல்லாம் பார்ட் பார்ட்டாகக் கழற்றிப் போட்டால் பைத்தியமே பிடித்துவிடும். சுலபமாகப் புரிவதற்கு ஒரு வரி போதும்!

இட்லி என்பது வெற்றிக்கு உதவும். அதுவும் சாதாரண வெற்றி யல்ல, மகத்தான பெருவெற்றி! நீங்கள் எந்தத் துறை சார்ந்தவராக இருந்தாலும் இதில் மாஸ்டர் ஆவதற்கு வழிகாட்டும். இது இல்லாதவர்கள் அறிவுத்திறன் இருந்தாலும் கூட வெற்றி பெறுவதில்லை. இவ்வளவுதான் சங்கதி.

டேனியல் கோல்மென் என்ற ஒரு ஆராய்ச்சியாளர். இது தொடர் பாகப் பல ஆராய்ச்சிகள் செய்த அமெரிக்கர். அவரது ஆராய்ச்சி களில் ஒன்று:

வெற்றி பெற்றவர்களிடம் உள்ள ஒற்றுமை என்ன? அவர்கள் அனைவரிடமும் எந்த சில குணாதிசயங்கள் பொது அம்சமாக அமையப்பெற்று இருக்கின்றன? இதைக் கண்டுபிடிக்க அவர் மொத்தம் 121 நிறுவனங்களில் 181 நபர்களிடம் விவரங்கள் சேகரித்தார். அவர்கள் அனைவரும் வெற்றி பெற்றவர்கள். அவர்களிடம் இருந்த பல குணாதிசயங்களைப் பட்டியலிட்டார். அவற்றில் முக்கிய குணாதிசயங்களாகக் கண்டுபிடிக்கப் பட்டவை இவைதான்: நம்பகத்தன்மை, அனுசரித்துப்போகும் குணம், இணைந்து பணியாற்றும் திறன்.

இங்கே இணைந்து பணியாற்றுவது என்பதெல்லாம் அலுவலகங் களில் உள்ளவர்களுக்குத்தான் என்று தோன்றலாம். இணைந்து என்றால், எங்கெங்கே மனிதர்களுடன் சேர்ந்து வாழ வேண்டி யிருக்கிறதோ, அங்கெல்லாம் தேவைப்படும் குணம்தான் இது. குடும்பத்தில் ஏனைய உறுப்பினர்களுடன் சேர்ந்து வாழ, பள்ளி யில் சக மாணவர்களுடன் சேர்ந்து பழக என எவருக்கும் தேவைப்படும் குணாதிசயங்கள்.

இவற்றில் எதுவுமே அறிவு சம்பந்தப்பட்டவை அல்ல. எல்லாமே 'Soft Skills.'

இதே போல இன்னும் பல ஆராய்ச்சிகள்.

எம்.பி.ஏ. படிக்கும் மாணவர்களிடம், அவர்களுக்கு என்ன வெல்லாம் தேவை என்று ஆராய்ச்சி செய்ததில், கம்யூனிகேஷன், இன்டர் பர்சனல் ரிலேஷன்ஷிப் மற்றும் இனிஷியேட்டிவ் ஆகியன என்று தெரிய வந்தது.

கம்யூனிகேஷன் என்றால் தொடர்புகொள்வது. இன்டர் பர்சனல் ரிலேஷன்ஷிப் என்றால் ஒருவருக்கொருவர் உள்ளார்ந்த நல்ல உறவு பேணுவது. இனிஷியேடிவ் என்பது ஆர்வமுடன் முயற்சி மேற்கொள்வது, எதையும் எவரும் சொல்லாமலே தானே எடுத்துச் செய்வது - இந்த மூன்றும் இருந்தால் போதும் என்று தீர்மானித்திருக்கிறார்கள்.

மிகப் பெரிய நிறுவனங்கள் ஒரே சமயத்தில் பல்வேறு ப்ராஜக்டு களைக் கையிலெடுக்கும். ஓர் உதாரணத்துக்கு கூகுளை எடுத்துக் கொள்ளுங்கள். (www.google.com) சாதாரணத் தேடு இயந்திரமாக இணையத்துக்கு அறிமுகமான கூகுள், இன்றைக்கு இன்டர்நெட் உலகின் முடிசூடாச் சக்கரவர்த்தி. www.labs.google.com என்கிற கூகுளின் பணிமனைக்கு ஒருமுறை சென்று பாருங்கள். ஒரே சமயத்தில் ஏகப்பட்ட மென்பொருள்கள், இணைய உபயோகப் பொருள்களைத் தயாரித்து டிரையல் விட்டுக்கொண்டிருப் பார்கள்.

இதெல்லாம் எப்படிச் சாத்தியமாகிறது? ஒவ்வொரு வேலைக் கும் குறிப்பிட்ட சில நபர்களைத் தேர்ந்தெடுத்து ஒரு குழுவாக்கி விடுவார்கள். தாலி கட்டிக்கொள்ளாத குறைதான். இரவு பகலாக அந்தக் குழு கூடி அமர்ந்து ஆராய்ச்சிகள் செய்து, பொறுப்புகளை உரிய நேரத்தில் செய்து முடித்துவிடும்.

தனி நபர்கள் தனித்தனியே செய்யும் காரியங்களை விட, ஒரு சிறு குழுவாக, ஒருவருக்கொருவர் கலந்து பேசி, வேலைகளைப் பகிர்ந்துகொண்டு செய்து, அவ்வப்போது ஒப்பிட்டுச் சரிபார்த்து, ஆலோசனைகள் வழங்கப் பெற்று செய்யும்போது செயல்திறன் பலமடங்கு கூடிவிடும் என்பது கண்டுபிடிப்பு. இதைத்தான் இன்டர் பர்சனல் ஸ்கில் என்பார்கள்.

எதற்கு இது என்றால், ஒரு காரியத்தைப் பலர் கூடிச் செய்யும் போது அறிவுடன் சம விகிதத்தில் அவரவர் உணர்ச்சிகளும் பரிமாறிக்கொள்ளப்படுகின்றன. அறிவு மிகுந்தால் ஏற்றுக் கொண்டுவிடுவார்கள். உணர்ச்சி மிகுந்தால் அடங்குடா மவனே

என்று தலையில் ஒரு செல்லத் தட்டு தட்டி உட்காரவைப்பார்கள். அப்படிச் செய்துதான் ஆகவேண்டும் என்கிற அவசியம் கூட இல்லை. ஒரே கருத்துள்ள ஒரு குழுவினர் அறிவுத்தளத்திலும் சரி; உணர்ச்சித் தளத்திலும் சரி ஒரே வேகத்தில்தான் பொதுவில் பயணம் செய்வார்கள்.

இதனால்தான் குழுவாகச் செய்யப்படும் பணிகள் மிகப்பெரிய வெற்றிகளைக் காண்கின்றன.

எப்படிப்பட்டத் திறனுள்ளவர்கள் வெற்றி பெறுகிறார்கள் என்கிற பரிசோதனைகளை ஏர்ஃபோர்ஸ் அதிகாரிகள் 1171 பேர், சேல்ஸ்மென் 1000 பேர், பல்வேறு கம்ப்யூட்டர் மற்றும் இன்ஜினீயரிங் நிறுவனங்களில் பணியாற்றும் பல்லாயிரக்கணக் கானோரிடம் செய்துபார்த்துவிட்டார்கள்.

பரிசோதனைக்களை எத்தனை முறை எங்கே செய்தாலும் கிடைத்த முடிவு என்னவோ ஒன்றுதான். உணர்ச்சிகளின் மீது கட்டுப்பாடு உள்ளவர்கள்தான் வாழ்வில் மிகப்பெரிய வெற்றி களைப் பெற்றவர்களாக இருக்கிறார்கள் என்பதே அது.

இதன் ஒருவரிச் சுருக்கம் இதுதான். உங்கள் ஐ.க்யூ உங்களுக்கு ஒரு நல்ல உத்தியோகத்தைப் பெற்றுத்தரலாம். ஆனால், அதில் முன்னேறி பெரிய இடத்துக்குப் போகவேண்டுமென்றால், நீங்கள் இட்லியாக இருக்கவேண்டும்!

அதாவது - இட்லிதான் சூப்பர் ஸ்டார்!

4. ஆவியா? சாதமா?

பாண்டியன் அவசரமாக அலுவலகத்துக்குக் கிளம்பிக் கொண்டிருக்கிறார். இரண்டாவது அத்தியாயத்தில் பார்த்தோமே, அதே பாண்டியன்தான். சமத்துப் பாண்டியன். அதே சமயம் கொஞ்சம் அசட்டுப் பாண்டியன். கம்பெனியில்தான் அவர் தலையில் மிளகாய் அரைக்க ஆள்கள் காத்திருக்கிறார்கள் என்றால் வீட்டிலுமா?

நீங்களே பாருங்கள். அவர் மகன் வெங்கட், அவர் கிளம்பும் நேரத்தில், தயங்கித் தயங்கி வழியில் நின்று கொண்டிருக்கிறான்.

'என்ன வெங்கட், ஏதாவது வேணுமா?'

'ஒண்ணுமில்லப்பா. இன்னைக்கு ஸ்கூலுக்கு என்னை, நீங்க கொண்டுபோய் விடமுடியுமா? வந்து.. சரி, வேணாம். உங்களுக்கு ஆபீஸுக்கு லேட்டாயிடும்.'

நெகிழ்ந்து போன பாண்டியன், 'சேச்சே! உன்னைவிடவா எனக்கு ஆபீஸ் முக்கியம்? உன்னை ஸ்கூல்ல விட்டுட்டே

போறேன். கிளம்பலாமா?' என்று மகனை அன்புடன் அழைத்துக் கொண்டு கிளம்புகிறார்.

போகிறவழியில், அவசரமாக வண்டியை நிறுத்தச்சொன்ன வெங்கட், 'அப்பா, பிராகரஸ் ரிப்போர்ட்ல கையெழுத்து வாங்கணும். மறந்துட்டேன். இன்னிக்குத்தான் கடைசி, ப்ளீஸ்ப்பா!'

பாண்டியன் பிராகரஸ் ரிப்போர்ட்டை வாங்கிப் பார்க்கிறார். வெங்கட் ஒரு பாடத்தில் பெயில். விஷயம் புரிந்துவிட்டது! கம்பெனிக்கு வேறு நேரமாகிவிட்டது. என்ன செய்ய முடியும்? பல்லைக் கடித்துக்கொண்டு கோபத்தை மென்று விழுங்கிய படியே வேண்டா வெறுப்பாகக் கையெழுத்து போட்டுக் கொடுக்கிறார்.

'வா வந்து ஏறித் தொலை' ஸ்கூட்டர் பறக்கிறது.

வெங்கட் ஒரு வார்த்தைகூடப் பேசவில்லை.

●

ரங்கராஜன் பன்னாட்டு நிறுவனம் ஒன்றில் உயரதிகாரி. அன்று அதிகாலை அவர் டில்லிக்கு விமானத்தில் போக வேண்டும். 4.45-க்கு அவர் வீட்டுக்கு வர வேண்டிய கால் டாக்ஸி, 5.15 வரை வரவேயில்லை. முக்கியமான மீட்டிங். விமானத்தைத் தவற விட்டுவிடக் கூடாது. ரங்கராஜனுக்கு உள்ளுக்குள் பதற்றம்.

ஒரு வழியாக கால் டாக்ஸி வருகிறது. ரங்கராஜன் வேகமாக வெளியே வருகிறார். டிரைவரைப் பார்த்ததும் புன்னகை செய்கிறார். டிரைவரும் பதிலுக்கு ஒரு புன்னகையை அளித்தபடியே, 'குட் மார்னிங் சார்'.

ரங்கராஜன் எதுவும் கேட்கவும் இல்லை, பேசவும் இல்லை. மனத்துக்குள் இப்பொழுது கிளம்பி வேகமாகப் போனால் போதும்; சரியாகவே இருக்கும் என்று நினைத்துக் கொள்கிறார்.

தாமதமாக வந்தது பற்றி ஒன்றும் கேட்கவேயில்லையே என்று டிரைவர் மனத்தில்தான் குறுகுறுப்பு. தலைக்கு மேலிருக்கும் கண்ணாடியில் அடிக்கடி பின் சீட்டில் அமர்ந்திருக்கும் ரங்கராஜன் முகத்தையே பார்க்கிறார்.

'ஒண்ணும் கவலைப்படாதீங்க சார். கரெக்டா டயத்துக்குப் போயிடலாம்.'

சொன்னபடியே மிகவும் சாமர்த்தியமாக ஓட்டி, சரியான நேரத்தில் கொண்டுபோய்ச் சேர்க்கிறார். ரங்கராஜன் எந்தவிதப் பதற்றமும் இன்றி விமானத்தைப் பிடிக்கிறார்.

•

ஒரே அலுவலகத்தைச் சேர்ந்த சில நண்பர்கள் சேர்ந்து டூர் போயிருக்கிறார்கள். இரவுவேளை. உற்சாகமாக பானத்தோடு பார்ட்டி ஆரம்பிக்கிறது. சுந்தரலிங்கம் கொஞ்சம் குடித்தாலே அதிகம் கலாட்டா செய்பவர். அவருக்குக் கந்தசாமி என்ற இன்னொரு அதிகாரியைப் பிடிக்காது. கந்தசாமி அந்த டூருக்கு வரவில்லை. ஆனால், கந்தசாமியின் உதவியாளர் மோகன் வந்திருந்தார். சுந்தரலிங்கத்துக்கு இரண்டாவது ரவுண்டிலேயே நிதானம் போய்விட்டது. ஏதேதோ பேச ஆரம்பித்தவர், கந்தசாமியைப் பற்றிக் கடுமையாகக் கச்சேரி பண்ண ஆரம்பித்துவிட்டார். மோகன் குடிக்கவில்லை. அவரும் விட்டுக்கொடுக்காமல், தன்னுடைய பாஸைப் பற்றிப் பேச, சுந்தரலிங்கம் தன் கையில் இருந்த கண்ணாடி தம்ளரை மோகனைப் பார்த்து வீசினார். அது மோகனின் தாடையைக் கிழித்துவிட்டது.

சுந்தரலிங்கம் இதோடு விட்டுவிடவில்லை. மேலும் மேலும் அவர் கந்தசாமியைத் திட்டித் தீர்க்க, அவருடன் இருந்த இரண்டு பேர், 'அவன் கிடக்கிறான் சார். நல்லா வேணும். உங்க கிட்டவா அப்படிப் பேசுறது? விடுங்க சார். சின்னப்பையன்' என்றபடி அவரை அங்கிருந்து அழைத்துச் சென்றனர். அவரும் மெதுமெதுவாக அடங்கிப் போனார்.

•

பெரிய எழுத்தாளர் ஒருவரை ஒரு தனியார் தொலைக்காட்சி பேட்டிக்காக அழைத்திருந்தது. அன்று பதிவு செய்துவிட்டு மற்றொரு நாள் ஒளிபரப்புவார்கள்.

கிளம்பிப் போனவரை ஓர் அறையில் உட்காரவைத்துவிட்டு ஆபீஸ் பாய் போய்விட்டான். வேறு யாரும் அங்கே இல்லை.

அரை மணி நேரம் ஆயிற்று. யாருமே வரவில்லை. எழுத்தாளருக்குக் கோபம் கொஞ்சம் கொஞ்சமாக ஏறிக்கொண்டிருந்தது.

சிறிது நேரத்தில் ஒருவர் அந்த அறைக்குள் வந்தார். 'நீங்கதானே சார் பேட்டிக்கு வந்திருக்கீங்க?' என்று கேட்டுவிட்டு மடிக்கப்பட்ட காகிதம் ஒன்றைப் பிரித்தபடி உட்கார்ந்தார்.

எழுத்தாளர் கைக்கடிகாரத்தைப் பார்க்க, பேட்டி எடுக்க வந்தவர், 'சாப்பிடப் போயிருந்தேன்' என நிதானமாகச் சொல்லிவிட்டு, 'அதில் ஒண்ணும் தப்பில்ல' என்றும் சேர்த்துக்கொண்டார்.

எழுத்தாளராயிற்றே. சும்மா விடுவாரா? கோபம் பொத்துக் கொண்டு வந்துவிட்டது. 'சாப்பிடப்போனது தப்பில்லை. அதை நீங்களே தப்பில்லைன்னு சொல்லுறதுதான் தப்பு' என்று சொல்லி விட்டு எழுந்துவிட்டார்.

'கோச்சுக்காதிங்க சார். நீங்க எழுதின புத்தகங்கள் பற்றிச் சொல்லுங்கள்' எனப் பேட்டி எடுப்பவர் ரிகர்சல் எடுப்பது போல் பேச்சை மாற்றினார். எழுத்தாளரோ உஷ்ணத்துடன், 'ரிகர்சல் எல்லாம் வேண்டாம். நேரே கேமரா முன்னாலயே போயி டலாம்' என்றார்.

இதைச் சற்றும் எதிர்பார்க்காத பேட்டி எடுப்பவர், 'இரு கைகளை யும் கூப்பி வணக்கம் சொல்லுவது போல, 'அப்ப பேட்டியை இன்னொரு நாள் வைச்சுக்கலாமே' என்றார்.

எழுத்தாளரும் கொஞ்சமும் தயங்காமல், 'நல்லது' என்று கூறி விட்டு வேகமாக வெளியேறினார்.

•

தொழிற்சாலை ஒன்றில் நிர்வாகத்துக்கும் தொழிலாளர்களுக்கு மிடையே பிரச்னை. தொழிற்சங்க நிர்வாகிகளுக்கும் நிறுவனத் தின் பொது மேலாளருக்குமிடையே பேச்சுவார்த்தை நிகழ்ந்த போது, தொழிற்சங்கத் தலைவர் ஏதோ ஒன்று சொல்ல, பொது மேலாளர் கோபத்தில் கண்ணாடி மேசையில் ஓங்கி அடித்துப் பேச, அது உடைந்து தெறிக்கிறது.

அவ்வளவுதான். தொழிற்சங்க நிர்வாகிகள் கொதித்துப் போகி றார்கள். 'அதெப்படி, ஒரு ஜி.எம். எங்களிடம் இப்படி மரியாதை இல்லாமல் நடந்துகொள்ளலாம்? அவர் மன்னிப்பு கேட்க வேண்டும். மன்னிப்புகேட்கும்வரை இங்கிருந்து போக மாட்டோம்' என்று சொல்லி பொது மேலாளரைச் சுற்றி அமர்ந்து கேரோ செய்ய ஆரம்பித்துவிட்டனர். கடுமையான கோஷங்கள் எழ ஆரம்பித்தன. 'இங்கிருந்து நீங்க வெளியேறாட்டா போலீஸைக் கூப்பிடுவேன். என் உயிருக்கு ஆபத்துன்னு கம்ப்ளையிண்ட் பண்ணுவேன்' என்று பொது மேலாளர் கத்த ஆரம்பிக்கிறார்.

விஷயம் கேள்விப்பட்டதும், நிறுவனத்தின் மனித வள மேலாளர் கண்ணன் அங்கே வந்தார். அவர் மனிதர்களைப் புரிந்து வைத் திருப்பதில் சமர்த்தர். உள்ளே வந்ததும், 'என்ன பார்த்திபன்?' என்று உரிமையோடு தொழிற்சங்கத் தலைவரின் தோளில் கை போட்டுப் பேச ஆரம்பிக்கிறார். பொது மேலாளரைக் கண்டு கொள்ளவே இல்லை. அவர்கள் பொது மேலாளரைப் பார்த்து கைநீட்டி ஆவேசத்துடன் ஏதேதோ சொல்ல, கண்ணன் எல்லா வற்றையும் சிறு ஆச்சரியம் கலந்த அக்கறையுடன் கவனிக்கிறார்.

'சரி வாங்க' என நிதானமாக தொழிற்சங்கத் தலைவரை அறை யின் இன்னொரு பக்கத்துக்கு அழைத்துச் செல்கிறார். சரியான சமயத்தில் பொது மேலாளர் தொழிலாளர்களுக்குச் செய்த பல நன்மைகளை வரிசையாக எடுத்துச் சொல்லி, 'விடுங்க, வாங்க' என்று சொல்ல, தொழிலாளர்கள் கொஞ்சம் காது கொடுத்துக் கேட்க ஆரம்பிக்கின்றனர். உடனே சமயோசிதமாக 'எந்திரிங்க, இங்க என்ன சாப்பாடா போடப் போறாங்க' என கொஞ்சம் வேடிக்கையும் கலந்து சொல்லிவிட்டு, 'என்னையும் உங்க தலைவரையும் ஜி.எம்.மையும் தனியா விடுங்கப்பா. நாங்க பேசிக்கிறோம்' என மற்றவர்களை அங்கிருந்து வெளியேற்று கிறார்.

போலீஸ் அளவுக்குப் போகவேண்டிய பிரச்னை சுலபமாகத் தீர்ந்தது.

எல்லோருடைய வாழ்க்கையிலுமே இப்படி எத்தனையோ சம் பவங்கள். உணர்வுகளைத் தூண்டும் சம்பவங்கள். யார் யாரோ எப்படி எப்படியோ நடந்து கொள்கிறார்கள். நாம் சீண்டப்படு கிறோம். உணர்வுகளுக்குப் பலியாகிறோம். நிலைமை மோச மாகிறது. பிரச்னை பெரிதாகிறது. ஆனால், அதே சமயத்தில் உணர்ச்சி வயப்படாமல், நம்மால் சூழ்நிலையைத் திறமையாகக் கையாளவும் முடியும்.

முதல் சம்பவத்தில் பார்த்த வெங்கட் சின்னப் பையன்தான். ஆனால் அவன், தன் தந்தையுடன் பிரச்னையை அதிகமாக்கிக் கொள்ளாமல், அவருடைய கோபத்தையும் திறமையாகச் சமாளித்து விட்டான். அவன் செய்ததெல்லாம் நேரத் தேர்வு, அமைதி காத்தல், வருந்தியது. இதனால் அவனுடைய அப்பா வால் அதிகக் கோபம் கொள்ளமுடியவில்லை. அவன் மட்டும் வீட்டிலேயே ப்ராக்ரஸ் கார்டை நீட்டியிருந்தால் பாண்டியன்

கண்டிப்பாக மகனை அடித்திருப்பார். அந்தச் சந்தர்ப்பத்தை புத்திசாலித்தனமாகத் தவிர்த்த அவரது மகன் ஓர் இட்லி.

ரங்கராஜனும் இட்லிதான். அப்போதைய தேவை உடனடியாக ஏர்போர்ட் போகவேண்டும். அதை டிரைவர் ஒத்துழைப்பின்றி செய்யவே முடியாது. எனவே டிரைவரின் தாமதத்தைக் குத்திக் காட்டி, சண்டை போடவில்லை. தன் உணர்ச்சிகளைக் கட்டுப் படுத்தி, சமயோசிதமாகச் செயல்பட்டதால் அவர் காரியம் கச்சிதமாக நடந்துமுடிந்துவிட்டது.

சுந்தரலிங்கம், கந்தசாமியின் உதவியாளரை கண்ணாடி தம்ளரால் அடித்தது எந்த விதத்திலும் நியாயம் இல்லைதான். ஆனால் அங்கே அப்பொழுது நியாயம் பேசிக்கொண்டிருந்தால், பிரச்னை இன்னும் அதிகமாகும். தவிர பேசுவதால் ஒன்றும் நியாயம் கிடைக்கப்போவதும் இல்லை. அவர் செய்தது சரிதான் என்று சொல்லி அவரை அந்த இடத்தில் இருந்து நகர்த்திய அந்த இரண்டு பேரும் பிரமாதமான இட்லிகள்! வேறு என்ன செய்து இருந்தாலும் குடி போதையில் இருப்பவரைச் சமாதானப்படுத்த முடியாது அல்லவா?

அடுத்து வந்த எழுத்தாளர் மேல் எந்தத் தவறும் இல்லை. ஆனால் நடந்த நிகழ்ச்சியால் இருவருக்குமே நஷ்டம் தானே? தொலைக் காட்சிக்கு ஒரு சிறந்த எழுத்தாளரின் பேட்டி கிடைக்காமல் போனது. எழுத்தாளருக்கு, லட்சக்கணக்கான மக்களைச் சென் றடையும் வாய்ப்பு இல்லாமல் போனது. இருவருமே வேகாத இட்லிகள்.

தொழிற்சாலையின் பொது மேலாளரை கேரோ செய்த தொழிற் சங்கத்தினர் மீது சார்ஜ் ஷீட், மெமோ என நடவடிக்கை எடுக் காமல், நிலைமையைக் கட்டுக்குள் கொண்டு வந்த மனித வள மேலாளர் கண்ணன் எப்படிப்பட்டவர்? சந்தேகமே இல்லை. அதிபுத்திசாலிதான். உணர்ச்சிகளைக் கட்டுப்படுத்தி, சூழ்நிலை யின் சூட்டைத் தணிக்கச் செய்வதில் விற்பன்னர். இல்லாவிட் டால் ஸ்டிரைக், லாக் அவுட் என்று நஷ்டத்துக்கான அத்தனை சாத்தியங்களையும் கம்பெனி சந்தித்திருக்கும்.

இந்த அனைத்துச் சம்பவங்களுக்கும் அடிப்படை ஒன்றுதான். அந்தக் கணத்தில் நாம் விட்டுக்கொடுக்கிறோம் அல்லது இறங்கி வரவேண்டியிருக்கிறது. எதிராளிக்கு அற்ப சந்தோஷத்தை

அளிக்க நேரிடுகிறது என்றாலும், இறுதியில் வெற்றி நம்முடைய தாகவே இருக்கிறது. கோபம், வெறுப்பு, காழ்ப்பு போன்ற உணர்ச்சிகளெல்லாம் எல்லா மனிதர்களுக்கும் இருக்கத்தான் செய்யும். அவற்றை அடக்கி, புத்திசாலித்தனமாக நடந்துகொள் வதன்மூலம் வெற்றியின் படிக்கட்டுகளின்மீது வேகமாக ஏறமுடியும்.

கட்டிய மனைவியை வெட்டிவிட்டு ஆயுள் முழுக்கச் சிறையில் தவிக்கும் கணவன், வாயை மூடிக் கொண்டிருக்கத் தெரியாமல் எதிர்த்துப் பேசி நல்ல வேலையை இழந்தவர்கள், பிரச்னையைக் கண்டு பயந்து அதிலிருந்து தப்பிக்க வழி என்று நினைத்து தூக்கு மாட்டிக் கொண்டவர்கள், தான் கவரிமான் போன்றவன் என்று தனக்கும் தன் குடும்பத்துக்கும் வரக்கூடிய அத்தனை நல்லன வற்றையும் தூக்கி எறிந்துவிட்டு வறட்டு ஜம்பம் பேசிக்கொண் டிருப்பவர்கள், செய்து முடிக்க வேண்டியவை எவ்வளவோ இருக்க, போகுமிடங்களில் எல்லாம் நீதியை நிலை நாட்டு கிறேன் என்று பிரச்னைகளில் மாட்டிக்கொண்டுவிடுபவர்கள், வாழ்நாள் முழுக்க பேசிக் கொள்ளாமல் இருக்கும் கணவன்-மனைவி, பெற்றோரையே வீட்டை விட்டு வெளியே துரத்து பவர்கள் என பலதரப்பட்ட பாத்திரங்களாக நாம் வாழ்ந்து கொண்டிருக்கிறோம்.

எதை எப்படிச் சொல்ல வேண்டும்? எங்கே யாரிடம் எப்படி நடந்துகொள்ள வேண்டும்? இதெல்லாம் யாராவது யாருக் காவது சொல்லித்தர முடியுமா? இதுதான் சரியான வழி; மற்றவை சரியில்லை என்று வாழ்க்கைக்காக எழுதப்பட்ட கோனார் நோட்ஸ் ஏதாவது இருக்கிறதா? அப்படியிருந்தால் அது ஏன் பெரும்பாலானவர்களுக்குத் தெரியவில்லை? அல்லது தெரிந்திருந்தும் சிலரால் ஏன் அவற்றைக் கடைப்பிடிக்க முடியவில்லை?

அடிப்படை இதுதான். ஒவ்வொரு மனிதனுக்கும் இரண்டு கண்கள், இரண்டு கைகள், இரண்டு கால்கள், இரண்டு காதுகள் இருப்பது போல உள்ளுக்குள் அறிவு, உணர்ச்சி என்கிற இரு வேறு தேவதைகள் குடிகொண்டிருக்கின்றன. அறிவு மிகுந்தால் ஆனந்தம். உணர்ச்சி மிகுந்தால் ஆபத்து. உணர்ச்சியை சமயோஜி தமாகப் பயன்படுத்தி அறிவைச் செழுமைப்படுத்த முடியு மானால் அதுதான் புத்திசாலித்தனம்.

இது கைவந்துவிட்டால் வேறு எதுவுமே இரண்டாம்பட்சம்தான்.

ஆனால், உணர்ச்சியை எப்படிக் கட்டுப்படுத்துவது? அல்லது கட்டுப்படுத்தப்பட வேண்டிய விஷயம்தானா அது? நடைமுறையில் சாத்தியமில்லாதவற்றை முயற்சி செய்து பார்த்துக்கொண்டு இருப்பது வெத்துவேலை அல்லவா?

'கட்டுப்படுத்துவது' என்கிற சொல்லை இந்த இடத்தில் 'மாற்றிக்கொள்வது' என்று அர்த்தம் கொள்ளவேண்டும்.

குழப்புகிறதா?

சரி. உங்களுக்குக் கோபம் வருகிறது. அதை சந்தோஷமாக மாற்றிக்கொள்ளமுடியுமா? 'ஹையா, ஜாலி! நான் உன் மீது கோபமாக இருக்கிறேன்' என்று மகிழ்ச்சியுடன் அறிவிப்பது சாத்தியமா?

முடியாது. ஆனால், கோபத்தில் கண்டபடி பேசுவதைத் தவிர்த்துவிட்டு, ஒரு சிறு புறக்கணிப்பு மூலமே நமது கோபத்தை வெளிப்படுத்திவிட முடியுமே?

இது எப்படி முடியும் என்றால், இதற்காகவே ஆல்பர்ட் இலாஸ் என்கிற ஆராய்ச்சியாளர் ஒரு வழியைச் சொல்லிக் கொடுத்திருக்கிறார்.

'உங்கள் சிந்தனைகளை மாற்ற முயலுங்கள். உங்கள் உணர்வுகளை மாற்றிவிட முடியும்'.

இதுதான் அந்த வழி. சிந்தனையை மாற்றுவதா? அது எப்படி?

இட்லி சாப்பிடுவது எத்தனை சுலபமோ அத்தனை சுலபம்தான் இதுவும்! ஒன்று தெரியுமா? நீங்கள் நினைத்துக் கொண்டிருப்பதைக் காட்டிலும் உங்கள் அறிவின் விசாலம் அதிகம்! உங்கள் புத்திசாலித்தனத்தின் பரப்பளவு தமிழ்நாடு சைஸ் என்று வைத்துக்கொண்டால், நீங்கள் ஓடிக்கொண்டிருப்பது அதில் ஒரு கார்ப்பரேஷன் ப்ளே கிரவுண்ட் அளவில்தான்! இன்னும் கொஞ்சம் மெனக்கெட்டால் சில கிலோ மீட்டர்கள் ஓடலாம். மேலும் முயற்சி செய்தால் சில மாவட்டங்கள் ஓடலாம். ஒரு தம் பிடித்தால் மொத்த மாநிலத்தையும் காலால் அளந்துவிடலாம்!

இது முடியாத காரியமே அல்ல. எதையும் இரண்டு விதமாக யோசித்துப் பார்ப்பது என்கிற கலை இதற்குக் கைகொடுக்கும்.

சிந்தனையை எப்படி மாற்றுவது? இதுதான் விஷயம் இல்லையா?

பார்த்துவிடலாம். நமது நண்பர் பாண்டியன் படாதபாடு பட்டு எப்படியோ கம்பெனியில் ஒரு ப்ரமோஷன் வாங்கிவிடுகிறார். தன்மீது மேலதிகாரிகளுக்கு இருந்த கசப்புகளையெல்லாம் கொஞ்சம் கொஞ்சமாகக் கரைத்து, சரி, போனால் போகிறது என்று அவருக்குப் பதவி உயர்வு தந்துவிடுகிறார்கள்.

தனி அறை. ஏசி அறை. சுழல் நாற்காலி. இப்போது அவர் ஓர் ஆபீசர். ஆனாலும் ஜூனியர் ஆபீசர்தான். ஏனென்றால் கொட்டைபோட்ட தாத்தாக்கள் பலபேர் இருக்கிறார்கள்.

'இதோபாரு பாண்டியா, ஆபீஸராயிட்டேன்னு மெதப்புல இருக் காத. ஒழுங்கா வேலையப் பாரு. நாற்காலிலேருந்து, டேபிள்ளே இருந்து கீழ விழுந்தா பெரிசா காயம் படாது. மாடிலேருந்து விழுந்தா மண்டை பேந்துரும். தெரியுமில்ல?' என்று எப்போதும் மிரட்டுவார்கள்.

பாண்டியனுக்குக் கோபம் வருகிறது. அவர் யாருக்கும் குழையடித்து இந்தப் பதவி உயர்வைப் பெறவில்லை. தன் திறமையை நிரூபித்து, ஏற்கவைத்து, போராடித்தான் தனக்குரிய பதவியைப் பெற்றிருக்கிறார். ஆனாலும், இந்த சீனியர்கள் எப்படியெல்லாம் மட்டம் தட்டுகிறார்கள்?

நியாயமான கோபம்தான். ஆனால் பாண்டியன் இப்போது தன் கோபத்தைக் காட்டவில்லை. மாறாக, வேறு விதமாக யோசித்துப் பார்க்கிறார்.

ஆமாம். இவர்கள் சொல்வதில் என்ன தவறு? யாராக இருந் தாலும் உயர் பதவியில் இருப்பவர்கள் அதிக எச்சரிக்கையுடன் இருக்கவேண்டியது அவசியம்தானே? இது தக்க நேரத்தில் தனக்கு அளிக்கப்பட்ட அன்பான எச்சரிக்கை என்று ஏன் எடுத்துக் கொள்ளக் கூடாது?

'எல்லாம் எனக்குத் தெரியும் சார்' என்று சொல்லிவிட்டுப் போய்விடலாம். ஆனால் , சொன்னபடி மாடியிலிருந்து கீழே

விழுவதற்கான அத்தனை வேலைகளையும் அந்த சீனியர்களே செய்துவிடுவார்கள்.

மாறாக, ''புரியுது சார். நீங்க சொல்றபடி கவனமா நடந்துக்கறேன். அப்பப்ப நீங்கதான் சார் எனக்கு அட்வைஸ் பண்ணி வழி நடத்தணும்'' என்று சொல்கிறார்.

சீனியர் பெரிசுகள் முதலில் அதிர்ச்சியடைந்துவிடுகிறார்கள். ஆனாலும் சமாளித்துக்கொண்டு, ''என்னப்பா நீ! உனக்கு எதுக்கு அட்வைஸெல்லாம்? நீ படிச்சவன். நாலும் தெரிஞ்சவன். அதெல்லாம் ஜமாய்ச்சிடுவே'' என்று அந்தர்பல்டி அடிக்கிறார்கள்.

அதே சீனியர்கள்தான் பாண்டியன் சிறப்பாகப் பணியாற்றுவதாக கம்பெனி முதலாளிகளிடமும் எடுத்துச் சொல்கிறார்கள். பாண்டியன் இப்போது கம்பெனியில் ஒரு ஸ்பெஷல் ஸ்டார்! முன்னால் சண்டை போட்ட உற்பத்தித்துறை ஆசாமியெல்லாம் கையைக் கட்டிக்கொண்டு நிற்கிறார்கள்!

எப்படி முடிந்தது?

சிம்பிள். சிந்தனையை மாற்றிக்கொள்வதன் மூலம் சாத்தியமான விஷயம்தான் இது. நீ யார் எனக்குச் சொல்வது என்று வருகிற கோபம், சாதத்தைக் குக்கரிலிருந்து எடுத்தவுடன் முகத்தில் அடிக்கிற முதல் ஆவி. அதை அப்படியே ஆறப்போட்டு, உள்ளே இருக்கும் சாதத்தை எடுத்தால்தான் பசி போகும். ஆவி, முகத்தில் பட்டால் வெப்பம்தான், வேதனைதான்.

நமக்கு ஆவி முக்கியமா? சாதம் முக்கியமா?

5. ஒரே ஒரு கணம்

'அப்பா, நான் இன்னிக்கு என்னோட ப்ரெண்ட் கீதா வீட்டுக்குப் போறேன்' என்றாள் மாலதி.

'அதுக்கென்ன, போயிட்டுவாயேன்? ஆனா எப்ப வருவே?'

'இல்லப்பா! இன்னிக்கு இரவு நான் அவங்க வீட்லயே தங்கிக்கிறேனே!'

'சரி மாலதி. பார்த்துப் போயிட்டு வா.'

அவள் கிளம்பிப் போனதும் வீட்டைப் பூட்டிவிட்டு மாலதியின் பெற்றோரும் வெளியே கிளம்பிவிட்டனர்.

ஆனால், மாலதி தேடிப்போன சிநேகிதி வீட்டில் இல்லை. மிகுந்த ஏமாற்றமுடன் வீடு திரும்பிவிட்டாள். வீடு பூட்டி இருப்பதைப் பார்த்து ஒருகணம் அதிர்ச்சியடைந்தாலும் உடனே, தன்னிடமும் ஒரு மாற்றுச் சாவி இருக்கிறதே என்பது நினைவுக்கு வந்து, வீட்டைத் திறந்து உள்ளே போய்விட்டாள்.

சிறுமியாயிற்றே. அவளுக்குள் இருந்த குறும்புத்தனம் விழித்துக் கொண்டது. வீட்டை விட்டு வெளியே வந்தாள். கதவை வெளிப் பக்கமாகப் பூட்டிவிட்டு பின்புறமாக வீட்டுக்குள் வந்துவிட் டாள். எங்காவது ஒளிந்து கொண்டு, தன் பெற்றோர் வந்ததும், திடீரென எங்கிருந்தாவது வெளிவந்து அவர்களைப் பயமுறுத்து வதுதான் மாலதியின் திட்டம்.

சிறிது நேரத்தில் கதவு திறக்கப்படும் சத்தம் கேட்டது. அப்பாவும் அம்மாவும்தான். மாலதி குறுகுறுப்புடன் ஒரு பெரிய அலமாரிக் குள் தன்னைத் திணித்துக்கொண்டு கதவைச் சாத்திக்கொண்டாள்.

உள்ளே வந்த மாலதியின் அப்பாவுக்கு உடனே மூக்கு வியர்த்து விட்டது. ஏதோ சரியில்லையே. யாரோ உள்ளே இருப்பது போல இருக்கிறதே...

ஒவ்வொரு அறையாகச் சென்று பார்த்தார். அவருக்கு நிச்சய மாகத் தெரிந்துவிட்டது. யாரோ இருக்கிறார்கள். மெல்லிய மூச்சு சத்தம் கேட்கிறது. ஆனால் எங்கே இருக்கிறார்கள்? யாரது?

உஷாராகிறார். தன் கைத்துப்பாக்கியை எடுத்துக்கொண்டு மெல்ல நடந்து ஒவ்வொரு இடமாக ஆராயத் தொடங்கினார்.

அவர், அந்தப் பெரிய அலமாரி அருகே வந்தபோது, அதன் கதவு லேசாக ஆடியது. 'நிச்சயமாக திருடன் யாரோ உள்ளே ஒளிந் திருக்கிறான். விடக் கூடாது. அவன் நம்மை ஏதும் செய்வதற்குள் நாம் அவனை சுட்டுவிட வேண்டும்' என்று சுடுவதற்கு தயாரா னார். அதே நேரத்தில் மாலதி சடாரென்று கதவைத் திறந்து கொண்டு 'அப்பா' என்று கத்தியபடியே குதிக்க, அவர் விரல் அவரையும் அறியாமல் துப்பாக்கியின் விசையை அழுத்தி விட்டது. மாலதியின் மீது குண்டுபாய்ந்து விட்டது.

பன்னிரண்டு நாள் மருத்துவமனையில் தீவிர சிகிச்சை பெற்றும், குணமடையாமல் அவள் மரணமடைந்துவிட்டாள்.

அதிர்ச்சியாக இருக்கிறதா? இது கதையல்ல. நிஜமாகவே நடந்த சம்பவம். ஆனால் இங்கல்ல. அமெரிக்காவில். விளையாட்டுத் தனமாக ஒளிந்துகொண்டு உயிரை விட்ட அந்தச் சிறுமியின் நிஜப் பெயர் பாபி. இந்தச் செய்தி அத்தனை அமெரிக்கப் பத்திரிகை களிலும் வெளிவந்த ஒன்று. சம்பவம் நடந்தது 1994-ம் ஆண்டு.

இட்லியாக இருங்கள்! | 41

கதவைத் திறந்துகொண்டு குதித்தது தன் மகள்தான் என்பது கண்களுக்குத் தெரிந்துவிட்டபோதிலும் அவளது தந்தை ஏன் சுட்டார்?

இது போன்ற ஆபத்தான சமயங்களில் நமது மூளை முடி வெடுத்துச் செயல்படுவதற்கு ஒரு விநாடிக்கும் மிகக் குறைந்த நேரமே தேவைப்படுகிறது. அரை விநாடி, கால் விநாடி, காலே அரைக்கால் விநாடி போதும். கண்கள் கண்டது மகளை. அந்தத் தகவல் கண் வழியாக, மூளைக்குப்போய், அது மகள்தான் என்று தெரிந்து சுட வேண்டாம் என்று முடிவெடுப்பதற்கு முன்பே வேறு ஏதோ ஒன்று ஆபத்து, சுடு என்று உத்தரவு போட்டிருக் கிறது. சுட்டுவிட்டார்.

இது ஏன்?

உணர்வுகள் என்பவை, உடனடியாகச் செயல்படுவதற்காக, செயல்பட்டு ஆபத்திலிருந்து காப்பாற்றிக் கொள்வதற்காக மிருகங்களுக்கும் மனிதர்களுக்கும் இயற்கையால் வழங்கப் பட்டிருக்கிறது என்பது டார்வினின் கண்டுபிடிப்பு. உள்ளுணர்வு என்பார்கள் அல்லவா? அதுதான் இது.

சந்தன வீரப்பன் காட்டில் எப்படி அத்தனை வருஷகாலம் எந்த ஆபத்துமில்லாமல் வாழமுடிந்தது? அவனுக்கு - யானை நடந்தால் எப்படிச் சத்தம் கேட்கும், சிறுத்தை எப்படி வரும், மான் எப்படி ஓடும், காகம் எப்படிச் சிறகடிக்கும், குருவிகள் பறப்பதற்கும் புறா பறப்பதற்கும் என்ன வித்தியாசம், எப்போது போலீஸ் வரும், அவர்கள் வந்தால் என்னமாதிரிச் சத்தங்கள், சங்கேதங்கள் இருக் கும் என்பது அனைத்தும் அத்துப்படி. விழிகள் காண்பது ஒன்றாக இருந்தாலும் ஆழ்மனத்தில் ஒலிகள் காணும் காட்சிகள் வேறு.

உறக்கத்தில்கூட அவனால் விழிப்புடன் இருக்கமுடிந்ததன் காரணம் இதுதான்.

என்ன பிரச்னை என்றாலும் இந்த உள்ளுணர்வின் வெளிப்பாடு பெரும்பாலும் உடனடியானதாக இருக்கும். ஸ்பிலிட் செகண்ட்ஸ் (Split Seconds)-ல் நடந்து முடிந்துவிடும். பதற்றத்தில் மேற் கொள்ளும் எந்தச் செயலும் மேற்படி சிறுமி பாபியின் கதை போலத்தான் முடியும்.

நாம் செய்யவேண்டியது என்ன?

உங்கள் உள்ளுணர்வு ஒரு தகவலை உங்களுக்குத் தருகிறது. அது அதிர்ச்சியானதாக, அச்சமூட்டக்கூடியதாக, கலவரமூட்டக் கூடியதாக எப்படி வேண்டுமானாலும் இருக்கலாம்.

ஆனால், உள்ளுணர்வு என்ன சொன்னாலும் உடனே செய்து விடாமல், ஒரு விநாடி ஒரே ஒரு விநாடி அதை எதார்த்த தளத்தில் வைத்து யோசித்து விட்டீர்களானால், நீங்கள் ஜெயித்துவிடு வீர்கள்.

ஓர் உதாரணம் பார்க்கலாமா?

உங்கள் அபிமான நடிகர் நடித்த திரைப்படம் ஒன்று வெளியாகிறது. முதல் நாள். முதல் ஷோ. பார்த்தே தீரவேண்டும், உங்களுக்கு.

ஆனால், கண்டிப்பாக டிக்கெட் கிடைக்காது என்று உங்கள் ஆழ்மனம் சொல்கிறது. 'போய்த்தான் பார்ப்போமே, பிளாக்கிலா வது கிடைக்காமலா போய்விடும்?' என்று ஒரு நப்பாசையும் அதே உள்மனத்தில்தான் உதிக்கிறது.

அந்த ஆர்வம் அப்படியே ஒரு பரவசத் தீயாக உங்களைப் பற்றிக்கொள்கிறது. பரபரப்பாக எழுந்து சட்டையை மாட்டிக் கொண்டு கிளம்புகிறீர்கள்.

ஒரு கணம். ஒரே ஒரு கணம் நின்று யோசித்துப் பாருங்கள். உங்க ளுக்கு டிக்கெட் கிடைக்கலாம். பிளாக்கில் அல்லாமல், உரிய பணம் கொடுத்தே வாங்கக்கூட முடியலாம். இன்றைக்கே பார்த்துவிடுவது என்கிற முடிவு ஒரு வெறி. வேகம். ஒரு தம்ளர் தண்ணீர் குடித்து அதைக் கட்டுப்படுத்துங்கள்.

ஏன் நாளைக்குப் பார்க்கக் கூடாது? என்ன கெட்டுப்போய்விடும்? அதற்குமுன் நாளை செய்யவேண்டிய வேலைகளை அதே பர பரப்புடன் அதே ஆர்வமுடன் இன்று முடித்துவிட்டு நாளைக்குத் திரைப்படம் பார்க்கிற அனுபவத்தை உங்களுக்கே நீங்கள் ஏன் ஒரு பரிசாகக் கொடுத்துக்கொள்ளக் கூடாது?

வேலையும் முடியும், உல்லாசமும் கிடைக்கும்.

இது முடியாத காரியமே இல்லை. அந்த ஒரு கணம் நீங்கள் நிதானமாக யோசித்தீர்களானால் இதுதான் சரி என்று அதே ஆழ்மனம் இப்போது மாற்றிச் சொல்லும்.

அப்படிச் சொல்லும்போதுதான் மாவு இட்லியாகிறது. நீங்களும் புத்திசாலியாகிறீர்கள்.

மனித மூளை லேசுப்பட்டதல்ல. ஆதி மனிதன் குகைகளில் வசித்துவந்த காலத்திலிருந்து இன்று மனிதன் தன்னைப் போலவே ஓர் உருவத்தை செயற்கையாகக் 'க்ளோன்' செய்து கண்டுபிடிக்க முயற்சி செய்வது வரை, நடந்துள்ள முன்னேற்றத்தை எண்ணிப்பாருங்கள். சந்திரனுக்கு ஆள் அனுப்புகிறோம், செவ்வாய் கிரகத்துக்கு கலம் அனுப்புகிறோம், அண்டார்டிகாவில் ஆராய்ச்சி செய்கிறோம். நேனோ டெக்னாலஜி, ஆர்டிஃபிஷியல் இண்டலிஜென்ஸ் என்று என்னென்னவோ செய்து எங்கெங்கோ போய்க்கொண்டிருக்கிறோம்.

இதையெல்லாம் செய்வது எது?

சுமார் மூன்று பவுண்டு எடை உள்ள ஒரு சதை, மற்றும் சில அமிலங்கள் சேர்ந்த மூளை என்கிற ஒரு பொருள். இது செய்த மாயம்தான் இத்தனை விந்தைகளும். இந்த இடத்தில் ஒன்றை ஞாபகம் வைத்துக்கொள்ள வேண்டும். ஆல்பர்ட் ஐன்ஸ்டீனுக்கு இருந்த அதே மூளைதான் அயனாவரம் கோவிந்தசாமிக்கும் இருக்கிறது. அமெரிக்க அதிபரின் மூளைக்கும், ஆஸ்திரேலிய அதிபரின் மூளைக்கும் இந்தியத் தொழிலாளி ஒருவரின் மூளைக்கும் கலர் வித்தியாசமோ கன வித்தியாசமோவெல்லாம் கிடையவே கிடையாது.

ஆனால் உலகில் உயிரினங்கள் தோன்றிய காலத்தில் மூளை என்கிற பொருள் உடலில் கிடையாது. கோடிக்கணக்கான ஆண்டுகள் பரிணாம வளர்ச்சியில் வந்ததுதான் இது.

இன்றிருக்கும் மூளை கொஞ்சம் கொஞ்சமாகக் கீழிருந்து வளர்ந்து வந்திருக்கிறது. வால் தேய்ந்து வந்திருப்பது போல.

உயிரினம் தோன்றி கோடிக்கணக்கான ஆண்டுகள் ஆகிறது என்பது தெரியும். படித்திருக்கிறோம். அதிலிருந்து வரிசையாக வராமல், பூச்சிகள் காலத்துக்குப் பறந்து வந்துவிடுவோம்.

வீட்டுச் சுவர்களில் பல்லிகள் பார்த்திருக்கிறோம். டியூப் லைட்டுக்குக் கீழிருந்து, மெதுவாக வெளியே வரும். தலையை அப்படியும் இப்படியும் தள்ளித் தள்ளிப் பார்க்கும். கவனித்தால் பக்கத்தில் ஒரு வண்டோ கரப்பான் பூச்சியோ நிற்பது தெரியும்.

ஆடாமல் அசையாமல் சற்று நிதானித்துவிட்டு, பின் திடீரென ஒரே எவ்வாக எவ்வி, கரப்பானை வாயால் கவ்வி விடும். தலையை மேல் பக்கமாகத் தூக்கி, அசைத்து அசைத்து, பெரிய பூச்சியை உள்ளே தள்ளி, சவுகர்யமா ஒரு ஏவ்.

எல்லாச் சமயங்களிலும் இப்படி நிகழாது. பல்லிக்கு ஏமாற்றங்களும் ஏற்படும். பல்லி தாவுவதற்குள் கரப்பான் பறந்து விடும். ஒன்றுக்கு மற்றொன்று உணவாக அமைந்துவிட்ட உணவுச் சங்கிலியின் அடிப்படையில்தான் உயிரினங்கள் வாழ்கின்றன. அதனால், எப்பொழுதும் அவற்றிடம் பயம் என்பது பிரதானமான உணர்வாக இருந்திருக்கிறது.

பயம். எப்பொழுது எங்கே யார் நம்மீது பாய்வார்களோ என்ற பயம். தப்பிக்க வேண்டும். யோசிக்கவெல்லாம் நேரமில்லை. யோசித்தால் வலுத்தவன் அடித்துவிடுவான். அடித்து விழுங்கியும் விடுவான்.

எப்பொழுதும் ஜாக்கிரதையாக இருக்கவேண்டும் என்ற உணர்வு அந்த உயிரினங்களுக்கு உண்டு. உனக்கென்ன, திடீரென யாராவது தாக்க வந்தால் ஓடவேண்டும். அவ்வளவுதானே, சரி செய்து தந்துவிட்டால் போச்சு என்று விலங்குகளின் தலையில் 'ஆல்ஃபேக்டரி லோபஸ்' (Olfactory Lobes) என்ற ஒரு சிறு உறுப்பை உண்டாக்கிக் கொடுத்துள்ளது இயற்கை.

இந்த ஆல்ஃபேக்டரி லோபஸ் என்பது ஒரு வாசனை கண்டுபிடிக்கும் மிஷின்போல. வாசனையை வைத்து, வந்திருப்பது யார், ஒளிந்திருப்பது யார் என்று கண்டுபிடித்துவிடலாம். வந்திருப்பது காதலனா, எதிரியா அல்லது உணவா என்ற வித்தியாசங்களைப் புரிய வைக்கும்.

நிச்சயமாக இந்த ஆல்ஃபேக்டரி, முன்னேற்றம்தான். அதற்கு முன் ஸ்பைனல் கார்டை வைத்துத்தான் உயிரினங்கள் பிழைத்தன. ஸ்பைனல் கார்ட் என்றால் முதுகெலும்பு.

இந்த ஸ்பைனல் கார்டு மிக நல்ல ஊழியர். உயிர் வாழத் தேவையான அத்தனை அடிப்படை உடல் செயல்பாடுகளும் இவர் பொறுப்புதான். மூச்சு விடுதல், கிட்னியின் வேலைகள், உணவைச் செரித்தல், இரத்த ஓட்டம் எல்லாமே இவரது வேலை. ஸ்பைனல் கார்ட் இல்லாதவர்களுக்கு இதெல்லாம் நடக்காது.

இதில் ஒரு விசேஷம் என்னவென்றால், இந்த ஸ்பைனல் கார்டில் இருப்பது மாற்றமுடியாத புரோகிராம். உயிரினங்களால் கூட தன்னுடைய கிட்னி செயல்படுவதை சிந்தித்து மனத்தில் வைத்து நிறுத்த முடியுமா? அல்லது இதயம் துடிப்பதை அதிகப்படுத்த முடியுமா? உயிர்வாழ மிக அவசியமான செயல்பாடுகளை இயற்கை இதன் கட்டுப்பாட்டில் கொடுத்துவிட்டது. தன் பாட்டுக்கு, இயந்திர கதியாக, சாவி கொடுத்த பொம்மை போல ஓடிக்கொண்டேயிருக்கும் புரோகிராம் இது. அதனால்தான் புத்தி சுவாதீனம் இல்லாதவர்களின் உடம்புகூட எந்தப் பாதிப்பும் இன்றி செயல்படமுடிகிறது. ஸ்பைனல் கார்டு யாருக்கும் கட்டுப்பட்டது அல்ல. அது மனத்திடமிருந்து கட்டளைகளை எதிர்பார்ப்பது மில்லை. கிடைத்தால் அதற்காகத் தன் செயல்பாடுகளை மாற்றிக் கொள்ளவும் செய்யாது. ரீட் ஒன்லி புரோகிராம் போல.

உயிர் வாழத் தேவையானவற்றைப் பிழையின்றிச் செய்யும். அதற்கு மேல் ஒன்றும் முடியாது, செய்யாது. சிந்திப்பதெல்லாம் அதைப் பொறுத்தவரை செய்யவே முடியாதவை. கற்பனையில் கூட கிடையாது! செய்த தப்பையே திரும்பத் திரும்பச் செய்யும் பூச்சிகள்.

ஆல்ஃபேக்டரி லோப்ஸின் மூலம் தங்களது உணர்வுகளுக்கு மிருகங்களால் முக்கியத்துவம் கொடுக்க முடிந்தது. ஆபத்து வந்தால் இது உடனே எச்சரிக்கை கொடுக்கும். பயம் அடங்க உதவியது. இப்படியே காமம், பசி, கோபம் எல்லா உணர்வு களுக்கும் வடிகால் உண்டானது.

இப்படியே லட்சக்கணக்கான ஆண்டுகள் ஓடின. பரிணாம வளர்ச்சி யில் அடுத்து இன்னொரு மாற்றம். அதுதான் இதே மூளையில் ஆல் ஃபேக்டரி லோப்ஸுக்கு அடுத்த முன்னேற்றமாக, விலங்கு களுக்கும், 'லிம்பிக் சிஸ்டம்' (Limbic System) கொடுத்தது. இந்த லிம்பிக் சிஸ்டம் மூலம்தான் கற்பதற்கும், கற்றதை நினைவில் வைத்துக்கொள்வதற்கும் முடிகிறது. ஒரு முறை சாப்பிட்டு பிரச்னை ஆன உணவா, அடுத்த முறை தொடாதே. (எலிக்குக் கூடத் தெரிகிறது. ஒருமுறை தப்பித்துவிட்டால் பின்பு மசால் வடையே வைத்தாலும் பொறிப் பக்கமே வராது.)

மனித இனத்தினை ஹோமோ சாப்பியன்ஸ் என்பார்கள். மற்ற எந்த இனத்தினையும் விட மனிதர்களுக்கு நியோகார்டெக்ஸ் பெரியது. இதை நமக்கேற்பப் புரிந்துகொள்வதென்றால் அன்பு, பாசம்,

காதல் போன்ற உணர்ச்சிகளின் தலைக்காவேரி என்று கொள்ள லாம். நம்முடைய அத்தனை வளர்ச்சிகளுக்கும் இன்றைய விபரீதச் சிந்தனைகளுக்கும் இவர்தான் காரணம். இவரால்தான் மனித இனத்தின் வியாதிகள் குறைந்து வாழ்நாள் நீண்டது.

வெறும் லிம்பிக் அமைப்பு இருக்கையில், இனப்பெருக்க காம உணர்வு மட்டும்தான் சாத்தியமாக இருந்தது. ஆதிமனிதன் அதனால்தான் வெறும் பிள்ளை பிறப்பிக்கும் இயந்திரமாக மட்டுமே இருந்தான். ஆனால் இந்த நியோ கார்டெக்ஸ்சால்தான் தாய் - பிள்ளைப்பாசம் வந்தது. குடும்ப உணர்வு வந்தது. குழந்தை வளர்ப்பு எல்லாம் வந்து, மனித சமுதாயம் தழைக்க ஆரம்பித்துவிட்டது. இந்த நியோகார்டெக்ஸ் இல்லாத சில ஜீவ ராசிகள் எவ்விதப் பாச உணர்ச்சியும் இல்லாமல் போய், தங்கள் குட்டிகளையே தின்றுவிடுகின்றன.

மிருகங்களுக்கும் மனிதர்களுக்கும் உள்ள வித்தியாசம் என்ன? மிருகங்களுக்கு ஓர் உணர்வு வந்தால் அதற்கு ஒரு நடவடிக்கை தான் சாத்தியம். பசி வந்தால் வேட்டை. தூக்கம் வந்தால் உடனே படுத்துவிடுவது. எழுந்துபோய் முகத்தைக் கழுவிக்கொண்டு வந்து உட்கார்ந்து கந்த சஷ்டி கவசம் சொல்லும் புலி சிங்கங்கள் இல்லை அல்லவா?

ஆனால், மனிதனால் இது முடியும். பசி வந்தால் அவன் வேட்டை யாடுவதில்லை. மாறாகக் கடைக்குப் போய் வேண்டிய கறிகாய்கள், அரிசி என்று வாங்கிவந்து சமைத்துத்தான் சாப்பிடு கிறான். அதுவரை பசியை அடக்க அவனால் முடியும். தூக்கத்தைத் துறந்து படிக்கவோ, எழுதவோ அவனால் முடியும். தூக்கம் முக்கியமா, படிப்பு முக்கியமா அல்லது வேலை முக்கியமா என்று அவனது மூளை கணக்குப் போட்டு கரெக்டாகச் சொல்லிவிடும். இதற்குக் காரணம் மேற்சொன்ன நியோகார்டெக்ஸ்.

மனித மூளையின் வளர்ச்சி அபாரமானதுதான். ஆனாலும் ஒரு தந்தையே எப்படித் தன் மகளை, அது தன் மகள்தான் என்று கண்களுக்குத் தெரிந்தும் பதற்றத்தில் சுட்டுக்கொன்றார்?

காரணம் இருக்கிறது.

மனித மூளை

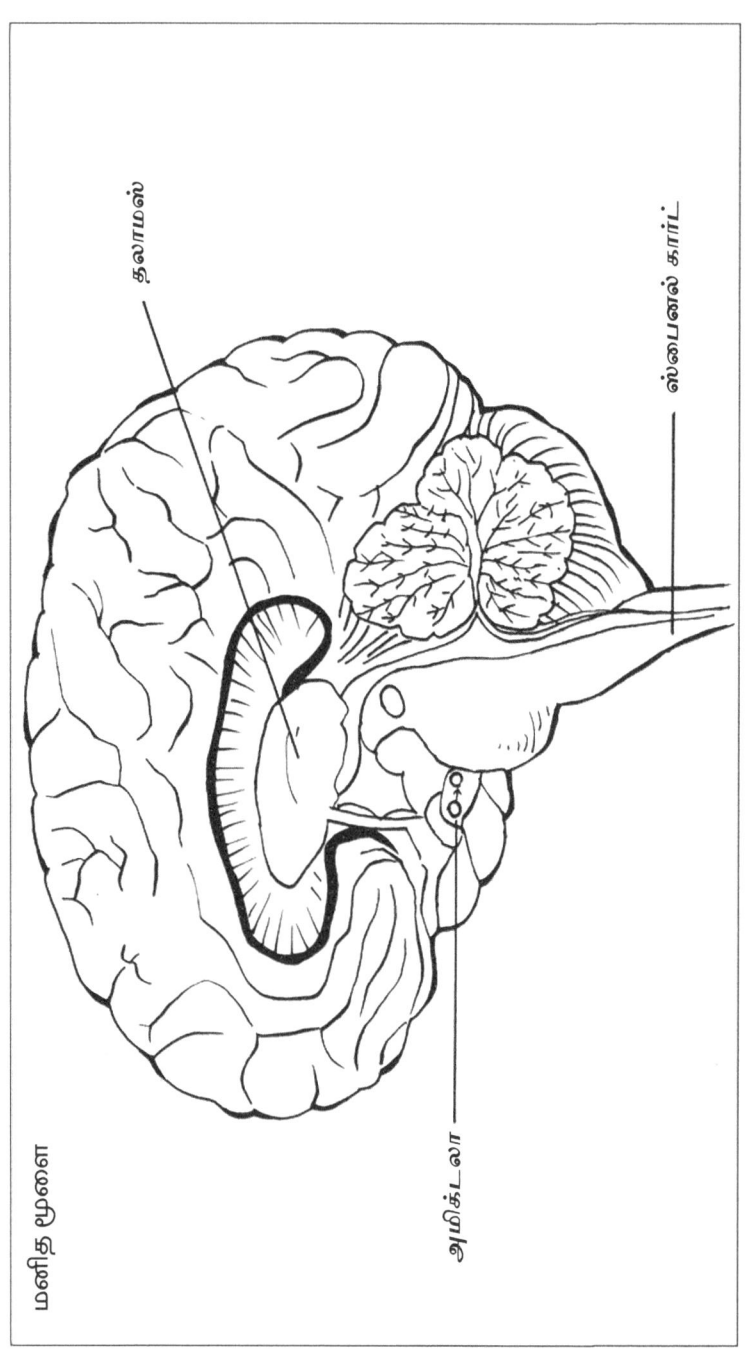

6. அவசரம், பரம அவசரம்

ஒரு புதிய கதாபாத்திரத்தை உங்களுக்கு அறிமுகப்படுத்து கிறேன். மிகப்பெரிய வில்லன் பாத்திரம். அடப்பாவி என்று நீங்கள் பல்லைக்கடிக்கும்போதே, மகா பெரிய ஹீரோவாகவும் அவதாரம் எடுக்கக்கூடிய ஜித்தன்! அவர் பெயர் அமிக்டலா (Amygdala).

உடனே எந்த நாட்டு வில்லன் கம் ஹீரோ என்று கேட்காதீர்கள். எல்லாம் நம் நாடுதான். நம் ஊர்தான். நம் வீட்டில் நம்மோடே இருக்கிற பெரிய மனுஷன்தான். இன்னும் நெருக்கமாகச் சொல்லவேண்டுமென்றால் நம் ஒவ்வொருவரின் மூளைக்குள்ளே ஓர் ஓரத்தில் அடியில் படுத்துக்கொண்டிருக்கும் ஒரு தக்கினியூண்டு சதைக்கட்டு.

மூளையின் இரண்டு பக்கமும், பக்கவாட்டுப் பகுதியில் பாதுகாப்பாகப் புதைக்கப்பட்டுள்ள சிறிய சைஸ் பாதாம் பருப்பு அளவேயுள்ள உறுப்பு. இந்தப் பாதாம் பருப்பு உதாரணம் அதன் தோற்றத்துக்கு மிகவும் பொருத்தமாக இருப்பதால்தான் பாதாம் பருப்பின் கிரேக்கப் பெயரையே அதற்கு வைத்துவிட்டார்கள். அமிக்டலா. இவர் நியோ கார்டெக்ஸுக்கும் முன்பாகவே விலங்குகளின் தலைக்குள்

வந்துவிட்டவர். ஆல்ஃபேக்டரி காலத்தவர். அதாவது சூப்பர் சீனியர்.

இந்தப் பாதாம்பருப்பைப் பற்றித் தெரிந்துகொள்ளாமல், நாம் 'இட்லி'யைப் பற்றிப் புரிந்துகொள்ளவே முடியாது.

அமிக்டலாதான் மனித உணர்வுகளின் ஸ்பெஷலிஸ்ட். இதுதான் நமக்குக் காதலைச் சொல்லிக்கொடுக்கிறது. ஒருத்தனுக்கு காதலிக்காகத் தாஜ்மஹல் கட்டச் சொல்லிக்கொடுத்தது. எல்லாம் துறந்த பட்டினத்தார், தன் தாயின் இறப்புக்காக வருத்தப்பட்ட தற்கு அமிக்டலாதான் காரணம். பில் கிளிண்டன், மோனிகா லெவன்ஸ்கியால் கவரப்பட்டதற்கும் அமிக்டலாதான் காரணம். நமது கோபம், நமது பயம், நமது வெறுப்பு, ஆத்திரம், அகங் காரம், அன்பு, கனிவு, துக்கம், சோகம் - அனைத்துவிதமான உணர்ச்சிகளையும் உற்பத்தி செய்கிற ஃபேக்டரி இதுதான்.

சிறையில் தன்னை எட்டி எட்டி உதைத்த காவல் அதிகாரிக்கு தானே செருப்பு தைத்து கொடுக்குமளவுக்கு காந்தியைக் கனியச் செய்ததும் இந்த அமிக்டலாதான்.

இதே அமிக்டலாதான், இதே காந்தியின் மீது வெறுப்பு கொண்டு கோட்சேவைக் கொல்லவும் தூண்டியது.

எப்படி எல்லாவற்றையும் தூக்கி அமிக்டலா தலையில் போடு வது? அவர்தான் எல்லாவற்றுக்கும் காரணம் என்று இப்படி அபாண்டமாகச் சொல்லலாமா? இந்தக் கேள்விக்கான பதிலை அறிய ஆராய்ச்சி செய்தார்கள்.

இளைஞன் ஒருவனின் அமிக்டலாவை அறுவைச் சிகிச்சை செய்து அகற்றினார்கள். சும்மா இல்லை. ஏகப்பட்ட பணம் கொடுத்து, ஓர் ஆராய்ச்சிக்காக. இந்த அமெரிக்கர்களுக்கு வேறு வேலை என்ன? அமிக்டலாவை அகற்றச் சில சாமிகள் இருப்பது போல, டெம்ப்ரவரியாகத் தன் அமிக்டலாவை, பனியனைக் கழற்றுவதுபோலக் கழற்றி வைக்கவும் ஆள்கள் இருப்பது அங்கேதான்!

உயிருக்கு ஒன்றும் ஆபத்தில்லை. அந்த இளைஞனிடம் ஆபரேஷனுக்குப் பிறகு எந்த மாற்றமும் இல்லை. எல்லாம் சரியாகச் செய்தான். ஆனால் ஒன்று. அவனால் சாதாரணமாகப் பேசமுடிந்ததே தவிர, தன் தாய், நெருங்கிய நண்பர்களைக் கூட

அவனால் பிரியமாக உணர முடியவில்லை. தனித்திருக்கவே ஆசைப்பட்டான். ('டேய், நாந்தாண்டா உன் அம்மா!' - 'ஓ, அப்படியா? நைஸ் டு மீட் யூ')

ஜோசப் லே டவுக்ஸ் என்ற நரம்பியல் நிபுணர்தான் முதன் முதலில் அமிக்டலாவுக்கும் உணர்வுகளுக்கும் உள்ள தொடர்பை ஆராய்ந்து சொன்னவர். மிக முக்கியமான அந்த ஆராய்ச்சிகளின் சாரம் இதுதான்:

மனிதன் சிந்தித்து முடிவெடுப்பதற்குள், அமிக்டலா இடையில் புகுந்து முடிவெடுத்துவிடுகிறது. மனிதனைத் தன் வசப்படுத்தி, தான் சொல்லும் விதத்தில் செயல்பட வைக்கிறது.

இதன் விளக்கத்தை இப்படிச் சொல்லலாம். உங்கள் சிந்தனை என்பது அறிவுபூர்வமாக நீங்கள் யோசித்து எடுக்கும் முடிவு. இதில் அமிக்டலாவின் பங்களிப்பு எப்படி இருக்கிறது என்றால், உங்கள் சிந்தனை வேகத்தைவிடக் கூடுதல் வேகத்தில் அது வேலை செய்து, உணர்ச்சிபூர்வமான முடிவை உங்களிடம் திணித்துவிடுகிறது.

டிராஃபிக் சிக்னலை எடுத்துக்கொள்ளுங்கள். பச்சை, சிவப்பு, மஞ்சள் விளக்குகளுக்கு அடிபணிந்து நீங்களும் நானும் போய் வந்துகொண்டிருக்கிறோம். திடீரென்று யாரோ ஓர் அமைச்சர் வருகிறார் என்றால் உடனே என்ன செய்கிறார்கள்? சிக்னலாவது ஒன்றாவது. உங்களை நிறுத்திவிட்டு அவரைத்தான் முதலில் அனுப்பிவைப்பார்கள். அந்த நேரப் பரபரப்பு, டிராஃபிக் கான்ஸ்டபிளுக்கு எப்படியோ வந்துவிடுகிறது. இங்கே சிக்னல் இருக்கிறதே, அமைச்சர் வண்டியானாலும் நின்றுதானே போக வேண்டும் என்றெல்லாம் அவர் யோசிப்பது கிடையாது. அங்கே வேலை செய்வது டிராஃபிக் கான்ஸ்டபிள் அல்ல. அவரது அமிக்டலா.

வேறு வேறு கட்சிகளைச் சேர்ந்த அரசியல்வாதிகள் இருவர், ஒரே மேடையில் அனல் பறக்க விவாதிப்பது போல, அமிக்டலா வுடன் மோதிப்பார்க்கும் இன்னொரு நபரும் நமக்குள்ளேயே இருக்கிறார்.

அது நம் பகுத்தறிவு. அதாவது நியோ கார்டெக்ஸ்.

ரவிக்கும் ரம்யாவுக்கும் அன்று முதலாவது திருமண நாள். 'சாயங்காலம் சீக்கிரம் வந்திருங்க. நான் வெயிட் பண்ணிக்

இட்லியாக இருங்கள்! | 51

கிட்டிருப்பேன்' என்று இரண்டு மூன்று முறை கூறிவிட்டாள். தொலைபேசியிலும் அதையே திரும்பக் கூறுகிறாள். 'சரி' என்கிறான் ரவி.

நேரம் போய்க்கொண்டேயிருக்கிறது. மீண்டும் ரவியின் செல்லுக்குத் தொடர்பு கொள்கிறாள் ரம்யா. மணி அடித்துக் கொண்டே இருக்கிறது. எடுக்கவில்லை; வரவும் இல்லை.

மெல்ல மெல்ல இரவாகிறது. ரவி வரவேயில்லை. காத்திருந்து காத்திருந்து வெறுப்பில் ரம்யா உடைகளை மாற்றிவிட்டு கோபத் தோடு படுக்கைக்குச் செல்கிறாள்.

ஒன்பதரை மணிக்கு வரும் ரவி, கதவை தட்டித் தட்டிப் பார்க்கிறான். திறக்கப்படவில்லை. அவனுக்குள் பதற்றம். முழு வேகத்தில் கதவை முட்டித் திறக்கிறான். உள்ளே அழுது அழுது முகம் வீங்கிய ரம்யா.

'என்ன ஆச்சுடா?' என்று ரம்யாவின் கையை ரவி பற்ற, 'உங்க ஆபீஸையே கட்டிக்கிட்டு அழுங்க' என்று வெறுப்போடு கையை உதறுகிறாள்.

பேசிப்பார்க்கிறான். கெஞ்சுகிறான். ரம்யாவோ, அவனது வார்த்தைகள் எதையும் காதில் வாங்கும் மனநிலையில் இல்லை. தான் வாங்கி வந்த பரிசுப் பொருளை அவள் முன் நீட்டுகிறான். 'இந்த கிப்ஃட் மட்டும் எனக்கெதுக்கு?'

தரையில் தூக்கி அடிக்கிறாள். 'க்ளிங்' என்ற சத்தத்தோடு உள்ளிருந்த பொருள் உடையும் சத்தம் கேட்கிறது. அழகிய கண்ணாடிப் பொருள். ஆறு மாதத்துக்கு முன் சொல்லிவைத்து செய்த பொருள்.

ரவி அதிர்ச்சியில் உறைந்துவிடுகிறான்.

இருவருமே சாப்பிடாமல் படுத்துவிடுகிறார்கள். மறுநாள்தான் ரம்யா சமாதானமாகிறாள். மிக நெருங்கிய நண்பன் ராஜேஷுக்கு விபத்து. அதனால்தான் ரவி நேற்று மருத்துவமனைக்குப் போய் விட்டான். பதற்றத்தில் செல்போனை, அலுவலகத்திலேயே விட்டுவிட்டான். எடுத்துச் சொல்லி விளக்கியபோது, ரம்யா மிகவும் வருத்தப்படுகிறாள்.

இதுபோன்ற சமயங்களில், அறிவை உணர்ச்சி வெற்றி கொள் கிறது. காரணம் அமிக்டலா. இது சரியா? நாம் செய்வது நமக்கு

நல்லதா? நாம் விரும்புவது இதைத்தானா? இல்லை. இது எப்படிப்பட்ட பிரச்னைகளை உண்டு பண்ணும் என்றெல்லாம் கேட்காமல் உடனடியாக, சில முடிவுகள் எடுத்துவிடுகிறது.

மைக் டைசன் முறைப்படி சண்டை போட்டுக் கொண்டிருக்கை யில், திடீரென சுயக்கட்டுப்பாடு இழந்து, உணர்ச்சிப் பிழம்பாகி, எதிர்த்து மோதிய ஹோலிஃபீல்டின் காதை ஏன் கடித்தார்? கைகளால் குத்துவிட்டுக் கொண்டிருந்த ஹோலிபீல்ட், திடீரென அவரது தலையால் டைசனை முட்டியதால்தான் (Head budding), மைக் டைசன் கொந்தளிப்பானார்.

அதற்கு முன் நடைபெற்ற போட்டியில், மைக் டைசன் அதே ஹோலிஃபீல்டுடன் மோதித் தோற்றிருக்கிறார். அப்படித் தோற் கடிப்பதற்கு முன் ஹோலிஃபீல்ட் செய்தது, தலையால் முட்டி யதுதான். அந்த முட்டலோடு மைக் டைசனின் மூளை (அமிக்டலா) தன் தோல்வியை இணைத்துக்கொண்டுவிட்டது.

டைசனால் சகித்துக்கொள்ள முடியாத அவரது தோல்விக்குக் காரணம், அந்த முட்டல்தான். இது அவர் மனத்தில் ஒரு புழுக்க மாக உருவாகி, எரிமலையாக வளர்ந்து எப்போது வெடிக்கலாம் என்று காத்துக்கொண்டிருந்தது. அதைப்பற்றி நினைத்தாலே வெறுப்பும் ஆத்திரமும்தான் மேலோங்கி வரும்.

அதனால்தான் அதேபோன்ற முட்டலை, ஹோலி பீல்ட் இப் பொழுதும் செய்ய, மைக் டைசனின் அமிக்டலா, உடனடியாக முடிவெடுத்தது. 'மீண்டும் முட்டலா? எதிரி முட்டுகிறான் பார். ஏதாவது செய்! உடனடியாக அவனைக் காயப்படுத்து. விடாதே!', என்பது போல. அவரது மூளை கொடுத்த கட்டளையை, உண்மையிலேயே சிரமேற்கொண்டு உடல் நிறைவேற்றியது. காது கடிக்கப்பட்டுவிட்டது, அதுதான் வாய்க்கெட்டும் தூரத்தில்! எமெர்ஜென்சி என்று மூளை சொல்லிவிட்டால் அவ்வளவுதான். எதுவும் நடக்கும். எப்போது வேண்டுமானாலும் நடக்கும்.

ரம்யாவுக்கு அந்த தினம் மிக முக்கிய தினம். ரவியின் அன்பு அதைவிட முக்கியம். கல்யாண நாளன்று எதிர்பார்த்து ஏமாந்து போனதால், எரிச்சலாகி, ரவி வந்ததும் கோபத்தில் வெடித்து விட்டாள். அந்த அசம்பாவிதத்தில் கிஃப்ட் உடைந்துவிட்டது. எதுவும் திட்டமிட்டு நடந்ததில்லை. அந்தப் பிரச்னைக்கு அந்த அளவு 'ரியாக்ஷன்' என்பது மிக மிக அதிகம். ஆனால் அதை

இட்லியாக இருங்கள்! | 53

எல்லாம் ரம்யாவைச் சிந்திக்க விடாமல் செய்தது அமிக்டலாவே தான்.

இதுபோன்ற சமயங்களில் தீயணைக்கும் நிலையம் அல்லது மருத்துவமனையின் அவசர சிகிச்சைப் பிரிவு மாதிரிதான் மூளை நடந்து கொள்ளும். அப்பொழுது எல்லா டெஸ்டுகளும் செய்து கொண்டிருக்க மாட்டார்கள். படிவங்கள் பூர்த்தி செய்து கை யெழுத்து போட்டு, பணம் கட்டி, வரிசையில் நின்று காத்திருக்க வேண்டாம். அவசரம். எமெர்ஜென்சி. உடனே செயல்படு.

ஆபத்து. தீ எரிகிறது. பல பொருள்களும் உயிர்களும் நாசமா கின்றன. அந்நேரத்தில் நாசத்தை, உயிர் சேதத்தைத் தவிர்க்க என்ன முடியுமோ அதைத்தான் செய்வார்கள். சரியா, தப்பா என்றெல்லாம் பார்த்துக்கொண்டிருக்க முடியாது.

அப்படி ஒரு எமெர்ஜென்சி என்றுதான் அந்தச் சிறுமியின் தந்தைக்கு தோன்றியிருக்கிறது. அமிக்டலாவில் பயம் என்கிற உணர்ச்சி. 'உயிருக்கு ஆபத்து. யாரோ வீட்டின் உள்ளே ஒளிந் திருக்கிறான். அவன் உன்னைக் கொல்லலாம். அதற்கு முன் நீ அவனை...' என்கிற ரீதியில், நொடி நேரத்துக்கும் குறைவான காலத்தில் நடந்து முடிந்தே விடுகிறது.

எல்லோருக்கும், அவசர நிலைகளில் இப்படியேதான். ஆனால் ஆளாளுக்கு ஆபத்து என்பது மாறுபடும். சிலருக்கு மரியாதைக் குறைவு என்று தோன்றிவிட்டால் அவ்வளவுதான். தூக்கி எறிந்து விடுவார்கள். அது யாராக இருந்தாலும் சரி. அது யார் என்றே அவர்களது புற மற்றும் அகக் கண்களுக்கும் தெரியாது. அந்த சமயம் அறிவுக்கு வேலையில்லை. அது 'ஷட்' ஆகியிருக்கும். அப்பொழுது அமிக்டலா சொல்வதுதான் சட்டம்.

உணர்ச்சி வேகத்தில் நாம் எடுக்கும் முடிவுகள், பெரும்பாலும் தவறுகளாகவே அமைந்துவிடும்.

7. அண்ணன் அமிக்டலா

அரசாங்கம் எப்படிச் செயல்படுகிறது? இது பலபேருக்கு அதிகம் தெரியாத, ஆனால் அதிமுக்கியமான ஒரு விஷயம். ஓர் அரசின் மிகப்பெரிய பலம் கஜானா அல்ல, கிடைக்கும் தகவல்கள். கைக்கு வந்து சேரும் தகவல்களின் அடிப்படையில்தான் அரசுகள் நடவடிக்கை என்று ஏதாவது எடுக்கிறது; அல்லது எடுக்காமல் விடுகிறது.

இந்தத் தகவல்கள் பல வழிகளில் வரும். உளவுத்துறை உதவும். உள்துறை உதவும். ஒவ்வொரு துறையும் தகவல் சேகரிப்பில் ரகசியப் புரட்சியே செய்துகொண்டிருக்கும். இப்படி வந்த தகவல் சரியா, இல்லை தவறா? மேலும் வந்த தகவலின் அடிப்படையில் எப்படிச் செயல்பட வேண்டும்? எப்படிச் செயல்படுவது சரியாக இருக்கும்? இதையெல்லாம் சம்பந்தப்பட்ட துறைகளில் உள்ள வல்லுனர்களிடம் அனுப்பி, அவர்களது பரிந்துரைப்படி முடிவு செய்து, அதனைப் பாராளுமன்றத்தில் பேசி, விவாதித்து, முடிவெடுத்து, பிறகு, செயல்படுத்த வேண்டிய துறைக்குத் தகவல் போகும். அதன் பிறகு நடவடிக்கைகள் ஆரம்பமாகும்.

இதுதான் சரியான வழி.

ஆனால், இதே போலத்தான் எல்லா சந்தர்ப்பங்களிலும் நடக்குமா?

சொல்லமுடியாது. நாட்டுக்கு ஓர் ஆபத்து என்றால், துரித கதியில் செயல்பட்டாக வேண்டும். அப்பொழுது இந்த 'பிராப்பர் சேனல்' என்கிற முறைப்படியெல்லாம் செய்ய நேரமிருக்காது. எமெர் ஜென்சி என்றால் தகவல்களை நேரடியாகப் பிரதமருக்கே அனுப்பி விடுவார்கள் அல்லது அவருடைய செயலாளருக்கு அனுப்பு வார்கள். இராணுவம், போலீஸ் எல்லாம் அவர் சொல்படி மட்டுமே கேட்பார்கள். அப்பொழுது மட்டும் பிரயோகிக்கச் சிறப்பு அதிகாரங்கள் உருவாக்கப்படும்.

அந்தச் சமயத்தில் எது சரி, எது சரியில்லை என்பதைவிட, எது அவசரம் என்பதுதான் முதலில் கவனிக்கப்படும்.

இதே நிலைதான் மூளையிலும்.

மூளையில் மொத்தம் இது சம்மந்தமாக மூன்று இடங்கள் உள்ளன.

ஒன்று, தலாமஸ் (Thalamus)

இரண்டாவது, விஷுவல் கார்டெக்ஸ் (Visual Cortex)

மூன்றாவது, அமிக்டலா

கண், காது, மூக்கு, உடம்பு, நாக்கு போன்ற எந்தப் புலனில் இருந்தும், செய்தி முதலில் தலாமஸுக்குத்தான் போகும். தலாமஸ், அந்த விவரங்களை மூளை புரிந்துகொள்ளும் விதமாக மாற்றும்.

அப்படி மாற்றிய தலாமஸ், மிகப்பெரும்பாலான செய்திகளை, கார்டெக்ஸுக்கு அனுப்பும். நியோ கார்டெக்ஸில் பல அடுக்குகள் உண்டு. அவற்றின் வழியாகச் செய்திகள் அலசப் பட்டு, அதன் தன்மைக்கு ஏற்ப, எடுக்க வேண்டிய நடவடிக்கை கள் முடிவு செய்யப்படும்.

அப்படி எடுக்கப்படும் நடவடிக்கை, உணர்வு சம்பந்தப்பட்டதாக இருந்தால், செய்தி அமிக்டலாவுக்குப் போகும். அதன் மூலம் உணர்வுகள் தூண்டப்படும்.

குழந்தை ஒன்றை ஒரு பெண்மணி தூக்குகிறார். குழந்தை அந்தப் பெண்மணியைப் பார்க்கிறது. அந்தத் தகவல் கண்கள் வழியாக, தலாமஸுக்குப் போகிறது. தலாமஸ் அதனைக் கார்டெக்ஸுக்கு அனுப்ப, கார்டெக்ஸ் அதைத் தன்னிடம் ஏற்கனவே உள்ள கோப்புகளில் ஒப்பிட்டதில், அந்தப் பெண் தன் அம்மா என்று புரிந்துகொண்டு, அப்படியானால் இது உணர்வு சம்மந்தப் பட்டது என்று முடிவுசெய்து, அமிக்டலாவுக்குச் செய்தி அனுப்பும். உடன் அமிக்டலா, அம்மா என்று நெகிழவோ அல்லது அழவோ வைக்கும். எல்லாம் நொடிக்கும் குறைவான நேரத்தில் நடந்துமுடிந்துவிடும்.

ஆனால் சில ஆபத்தான சமயங்களில், செய்தி, தலாமஸுக்குப் போகும்போதே இன்னொரு ரூட்டில் அமிக்டலாவுக்கும் போய் விடும். நியோகார்டெக்ஸ்தான் நடப்பதைப் புரிந்துகொண்டு, செய்திகளை யோசித்து, 'இப்படிச் செய்யலாம்' என்று அமிக்டலாவுக்குச் சொல்பவர். அவருக்குத் தகவல் தெரியும் முன்னரே அமிக்டலாவுக்குத் தகவல் நேரடியாகப் போய், அவரால் நடவடிக்கையும் எடுக்கப்பட்டுவிடும்.

இதை ஓர் உதாரணத்தின் வழியே எளிமையாகப் புரிந்து கொள்ளலாம்.

பாண்டியனின் மகன், வெங்கட் பரீட்சை எழுதிவிட்டு ரிசல்ட்டுக் காகப் பள்ளிக்கூடத்துக்குப் போகிறான். நோட்டீஸ் போர்டில் தேர்வு முடிவுகள் ஒட்டப்பட்டிருக்கின்றன. சுற்றிலும் மாணவர் கூட்டம்.

வெங்கட்டுக்கு ஆர்வப் படபடப்பு. நாலு பேரை இழுத்துப் போட்டுவிட்டு நடுவில் தன்னைத் திணித்துக்கொண்டு எங்கே தன் பெயர், எங்கே தன் பெயர் என்று தேடுகிறான்.

சட்டென்று அது கண்ணில் படுகிறது. ஹுர்ரே.

மேற்கொண்டு அவனால் அங்கே இருக்கமுடியவில்லை. ஓடி வந்து வீட்டுக்குப் போன் செய்கிறான். அம்மா, நான் பாஸ்.

களேபரங்கள் அடங்கி, மீண்டும் நிதானமாகப் பட்டியலைப் பார்க்கும்போதுதான் தெரிகிறது. அவன் P. வெங்கட். தேறி யிருப்பவன் B. வெங்கட். அவன் படிக்கும் அதே வகுப்பில் அடுத்த பெஞ்சுக்காரன்.

அடக்கடவுளே. வெங்கட்டுக்கு தோற்றதுகூட பெரிய அதிர்ச்சியாக இல்லை. சற்றும் நிதானமின்றி உடனே வீட்டுக்குப் போன் செய்து, தான் பாஸ் பண்ணிவிட்டதாகச் சொன்னதுதான் அசிங்கமாகப் படுகிறது.

அப்போது வேலை செய்தது அவனது அறிவல்ல; அமிக்டலா என்கிற உணர்ச்சிச் சாத்தான்.

பயம், கோபம், ஆத்திரம், எரிச்சல், வெறுப்பு, காதல், காமம் எல்லாம் கூட இப்படித்தான். எதைப்பற்றி மனத்துக்குத் தகவல் உள்ளதோ, அதைப்பற்றிய புரோகிராம் அதனிடம் எழுதப்பட்டு, அதன் பிறகு கிடைக்கும் செய்திகளை அதனுடன் ஒப்பிட்டு, தேவையான உணர்வுகளை அமிக்டலா கொட்டுவார், கண நேரத்தில்!

நமக்கே தெரியாமல், நம் நினைவிலேயே ஒட்டாமல் ஆழ்மனத்தில் நாம் சில கருத்துகள் வைத்திருப்பது கூட அமிக்டலாவால்தான். ஹிப்போகேம்பஸ் சாதாரணத் தகவல்களை நினைவு வைத்துக் கொள்ளும். அமிக்டலா, அந்தத் தகவல்களின் உணர்வு சம்பந்தப் பட்ட விஷயங்களை நினைவு வைத்துகொள்ளும். இதுதான் இயற்கை தற்போது தந்துள்ள அமைப்பு.

மூளையில் இரண்டு வகையான நினைவு முறைகள் (மெமரி சிஸ்டம்ஸ்) உள்ளன. ஒன்று, சாதாரண விஷயங்களை நினைவு வைத்துக் கொள்வது. அதன் பெயர் ஹிப்போகேம்பஸ். மற்றொன்று உணர்வுகள் சம்மந்தப்பட்டது. அதுதான் அமிக்டலா. எமோஷனல் மெமரீஸ் ஸ்டோர்.

எது நிகழ்ந்தாலும் அமிக்டலா, அதற்கு முன் நிகழ்ந்த பொழுது உடன் நடந்தனவற்றை நினைவூட்டும். முன்பு நடந்ததும் இதுவும் ஒத்துப்போனால், உடனே அலறும். அலாரம் அடிக்கும். உணர்வுகளைக் கட்டுப்பாடின்றி கொட்டச் செய்யும்.

இனம் தெரியாத பயம், கோபம் அல்லது சிலரைப் பார்த்தாலே பாசம் பொங்குவது ஏன் என்று நமக்குக் காரணம் தெரியாத உணர்வுகள்.

எப்பொழுதோ கடுமையாக நாய் துரத்தியிருக்கும். பயம் கவ்வ, உயிரைக் கையில் பிடித்துக்கொண்டு ஓடியிருப்போம். அதன் பிறகு நாய்களைக் கண்டாலே பயம் உண்டாகும். சில பெண் பிள்ளை

களுக்கு பாலியல் அத்துமீறல்கள், வேறு சிலருக்கு மிக அருகில் சந்தித்த விபத்துகள், அங்கு கிடைத்த ரத்த, ஆஸ்பத்திரி வாசனைகள். இன்னும் சிலருக்கு, அவர்களைப் பயமுறுத்திய குரல்கள்.

ஆக, அமிக்டலா நம் வாழ்வில் முக்கியப் பங்காற்றுபவர்.

நடக்கும் சம்பவங்களை வைத்து, இவர் நல்லவர், அவர் கெட்டவர் என்பதையெல்லாம் மனம் தனக்குத் தெரிந்த விதம் புரிந்து கொண்டு, உள்ளே போட்டுக்கொள்கிறது. பின்பு, அதை ஒட்டியே மற்ற செயல்பாடுகளை நடத்துகிறது. வேண்டியவர் வேண்டாதவர்கள் என்கிற எண்ணம் உருவாவது இப்படித்தான். அதனால் தான், மூளைச் சலவை (Brain Wash) என்பது சாத்தியம் ஆகிறது.

'அப்பா கொடுமைக்காரர்' என்று ஒரு தாய் தன் மகனுக்குச் சொல்லிக்கொடுத்து, சந்தர்ப்பம் கிடைக்கும்போதெல்லாம் தன் கருத்துக்கு வலுவான சம்பவங்களை எடுத்துச் சொல்லி வந்தால் காலப்போக்கில் மகன் மனத்தில் அப்பா என்பவர் கெட்டவர் என்கிற எண்ணம் வலுப்பெற்றுவிடும். பின்பு எப்பொழுதாவது அப்பாவுக்கும் அம்மாவும் சண்டை வந்தால், அவன் அப்பாவை எதிர்ப்பான்.

அதனால்தான் எளிமையாக நம்முடைய பெரியவர்கள், 'நம்முடைய எண்ணங்களே நாம் நடந்து கொள்ளும் விதங்களையும் நம்முடைய வாழ்க்கையையும் தீர்மானிக்கின்றன' என்று சொன்னார்கள். யாரையாவது எதிரி எதிரி எனத் தொடர்ந்து நினைக்கப்போக, அவர் மீது நமது செயல்பாடுகள் அந்த எண்ணப்படியேதான் இருக்கும். நல்லனவற்றுக்கும் இது பொருந்தும்.

எதையும் நல்லதென்றே பார்ப்பது. யார் மீதும் வன்மம் கொள்ளாமல் இருப்பது. எல்லோரும் நல்லவரே என்று நினைப்பது. இவற்றின் தொடர்ச்சியாகத்தானோ என்னவோ 'ஆட்டோ சஜஷன்' என்ற ஒரு முறையைக் கண்டுபிடித்தார்கள். நமக்கு நாமே சொல்லிக்கொள்வது. உன்னால் முடியும். உன்னால் முடியும், செய் செய் என்பதுபோல. இனி நான் இந்தத் தவறைச் செய்ய மாட்டேன், செய்ய மாட்டேன் என்பது போல. திரும்பத் திரும்பச் சொல்ல, மனம் உள்வாங்கி, புரோகிராமில் சேர்த்து, உடல் அதை நிறைவேற்றத் தேவையானவற்றைச் செய்கிறது.

நம் எண்ணங்களே நம் செயல்கள் ஆவது இப்படித்தான்.

8. டெண்டுல்கர் டெக்னாலஜி

'நிர்வாகம்.'

'டவுன் டவுன்'

'முதலாளி.'

'ஒழிக.'

கொடிகளும் கோஷங்களும் காற்றில் அலைக்கழிந்து கொண்டிருக்கும் ஒரு தொழிற்சாலை வாசல். சிறிய பந்தல் ஒன்றின் கீழ், சில தொழிலாளர்கள் உண்ணாவிரதம் இருக்கிறார்கள். பந்தலுக்கு முன்புறம் பல தொழிலாளர்கள் நின்று கோஷம் போடுகிறார்கள்.

முதலாளியின் கார் வருகிறது.

கோஷம் மேலும் சூடு பிடிக்கிறது. கார் நிற்கிறது. முதலாளி இறங்குகிறார். சத்தம் கொஞ்சம் குறைகிறது. பந்தலுக்கு எதிரே நின்று கொண்டிருந்த தொழிற்சங்கத் தலைவர், (ஊழியரல்லாத, வெளித்தலைவர்) 'ம்ம். நன்றாகச் சத்தமாகக் கோஷமிடுங்கள்! உங்கள் முதலாளி காதில் விழட்டும்'

என்கிறார். ஆனால் முதலாளி, உண்ணாவிரதப் பந்தலை நெருங்க நெருங்க, சத்தம் மேலும் குறைகிறது; வலுவிழக்கிறது.

பந்தலுக்குள்ளே நுழைகிறார் முதலாளி. கோஷமிட்டுக் கொண்டிருந்த பலரும் சட்டென்று எழுந்து அவருக்கு வணக்கம் சொல்கிறார்கள். விலகி வழிவிடுகிறார்கள். அவர் உள்ளே போய், உண்ணாவிரதமிருந்தவர்களின் அருகில் அமர்கிறார். அருகில் இருந்த மருத்துவரிடமும் விசாரிக்கிறார்.

'உண்ணாவிரதமெல்லாம் வேண்டாம்பா, வேற ஏதாவது போராட்டம் பண்ணுங்க' என்று சொல்லிவிட்டுப் போகிறார். அதுவரை அமைதி. அதன் பிறகு சிறு சலசலப்பு.

'என்னப்பா, போனஸ் அதிகமா வேணும். போராட்டம் செய்யலாமான்னதுக்கு, ஆமான்னுட்டு, இப்ப முதலாளியைப் பார்த்ததும் பயப்படறீங்களே' என்கிறார் தொழிற்சங்கத் தலைவர்.

'இல்லைங்கய்யா' என்கிறார்கள்.

'பின்னே, முதலாளி ஒழிகன்னு அவர் கிட்ட வந்ததும் கோஷம் போட வேண்டியதுதானே!'

'அதெப்படிங்கய்யா மனசு வரும்? இத்தனை வருஷமா அவர் நல்லது செய்திருக்கிறதாலதான நாங்க இன்னைக்கு நல்லா இருக்கிறோம். என்னவோ தெரியலை, அவரைப் பார்த்தாலே பிரியம்தானுங்க வருது. அவர் முகத்துக்கு நேரா ஒழிகன்னு கத்தமுடியலிங்க' என்கின்றனர் தொழிலாளர்கள்.

அறிவு சொல்கிறது, 'போனஸ் போதாது, போராடு. அப்பொழுது தான் கிடைக்கும்' என்று அதே சமயம் உணர்வு என்ற ஒன்றும் இருக்கிறது. அது இத்தனை நாள் நன்கு நடத்திய முதலாளியைப் பார்த்ததும் நெகிழ்கிறது, வாஞ்சை காட்டுகிறது.

அதே போலத்தான் அறிவு சொல்கிறது, 'குடிக்க வேண்டாம், இது விட முடியாத பழக்கம்' என்று ஆனால் மனம் சொல்கிறது, 'ஒரே ஒரு முறை குடித்தால் என்ன? அதுவும் கொஞ்சம்தானே!'

'படி, தேர்வு வருகிறது' என்று அறிவு சொல்கிறது.

'கடைசி பத்து ஓவர் மட்டும் பார்த்துவிட்டுப் பிறகு படிக்கலாமே, நல்ல மேட்ச். மிஸ் பண்ணணுமா' என மனம் வேறொன்றைச் செய்யத் தூண்டுகிறது.

இப்படி நமக்குள்ளேயே எத்தனை எத்தனையோ வாதங்கள், பிரதிவாதங்கள். காரணம், ஒவ்வொருவரிடமும், இரண்டு மனங்கள் உள்ளன. ஒன்று உணர்வு மனம் (இட்லி); மற்றொன்று பகுத்தறிவு மனம் (ரேஷனல்). இரண்டுமே ஒரே நபரிடம் இருக்கின்றன. இரண்டும் ஒரே சமயத்தில் வேலை செய்கின்றன. இரண்டில் எதன் கை ஓங்கும்?

பொதுவாக இரண்டுக்கும் ஒரு சமன்பாடு உண்டு. டெண்டுல்கர் விளையாடிக் கொண்டிருக்கிறார். பாகிஸ்தானுக்கு எதிரான ஒரு நாள் போட்டி. சதமடிக்க இன்னும் பத்து ரன்களே தேவை. பாகிஸ்தானின் ராவல்பிண்டி எக்ஸ்பிரஸ் ஷோயப் அக்தர் அநியாயத்துக்கு பவுலிங்கில் மிரட்டுகிறார். இடையிடையே டெண்டுல்கரைச் சீண்டும் கமெண்டுகளையும் உதிர்க்கிறார். டெண்டுல்கர் தடுமாறுகிறார்.

டெண்டுல்கரின் அறிவு சொல்கிறது. 'அதையெல்லாம் விடு. ஷோயப்பைப் பார்க்காதே. அவர் சொல்வதைக் காது கொடுத்துக் கேட்காதே' என்று தைரியமூட்டுகிறது. அடுத்த பந்தும் கடுமையாக மிரட்டிச் செல்லுகிறது.

டெண்டுல்கரின் இட்லி மனம் வேலை செய்ய ஆரம்பிக்கிறது. ஆனால் அது அவருடைய கட்டுப்பாட்டை மீறாமல் வேலை செய்கிறது. அவர் இடம் கொடுத்திருப்பது ரேஷனல் மனத்துக்குத்தான். 'அவுட் ஆகாமல் ஆடுவதுதான் அப்போதைய வேலை, அதை மட்டும் கவனி' என்று சொல்லிய ரேஷனல் மனத்தின் சொற்படியே நடந்துகொள்கிறார். அலட்சியமாக சதம் அடிக்கிறார்.

சம்பவங்களின் பொழுது, இப்படி அறிவுக்கு இடம் கொடுப்பவர்கள் உண்டு. இட்லிக்கு இடம் கொடுப்பவர்களும் உண்டு.

ஆனால், எல்லா மனிதர்களும் இப்படியில்லை. ரேஷனல் மனம் சொல்லும்படி நடந்து கொள்பவர்களிடம், இப்படிக் காரியம் சாதித்துக் கொள்வது சிரமம். அவர்கள் இதற்கெல்லாம் மயங்க மாட்டார்கள், செய்து தரமாட்டார்கள் என்பதில்லை. ஆனால் இப்படிப்பட்டவற்றுக்காக மட்டுமே செய்துதர மாட்டார்கள்.

தங்களை, அறிவின் கட்டுப்பாட்டில் வைத்திருப்பார்கள். உணர்ச்சிகளின் கட்டுப்பாட்டில் இல்லை. சீர்தூக்கிப் பார்ப்பார்கள். பிறகு சொல்கிறேன் என்பார்கள். செய்வதால் ஏற்படக்

கூடிய விளைவுகளைப் பற்றிச் சிந்திப்பார்கள். அதன் பிறகுதான் முடிவெடுப்பார்கள்.

சிலருக்கு மனத்தின் பலம் போகப்போக அதிகரித்துக்கொண்டே போக, அறிவின் கட்டுப்பாடு கொஞ்சம் கொஞ்சமாகத் தளர்ந்து போகும். இறுதியில் உணர்வு வெல்லும். ஆனால் எல்லோருக்கும் அப்படியில்லை. சிலர் தங்களின் மீது கட்டுப்பாடு நிறைய உள்ளவர்கள். படிப்பு, அனுபவம் அல்லது இயற்கையாகவே நிதானமானவர்கள். தங்கள் உணர்வுகளைக் கட்டுப்படுத்தத் தெரிந்தவர்கள்.

அவர்களுக்கும் மற்றவர்களைப் போலவே சமயத்தில் மிக அதிகமான பயம் வரும். ஆனால் பகுத்தறிவு, 'தேவையில்லை. பயப்படாதே. இந்தக் காரணங்களால், பிரச்னை அதிகமாக வாய்ப்பு இல்லை' எனச் சமாதானப்படுத்தும்.

கடன் வாங்கியாயிற்று. கொடுத்தவர் கேட்கிறார். சமாளிக்க முடியும். ஆனால் அதையே நினைத்துக்கொண்டிருக்கையில், மனம் அதன் பிரச்னைகளை பிரும்மாண்டமாக்கிக் காட்டும். அப்பொழுது அறிவு சொல்வது எடுபடாது. பயம் என்ற உணர்ச்சி மட்டுமே மிகுந்து, ஏதாவது செய்யக்கூடாததைச் செய்யச் சொல்லும். ஓடிப்போவது, தற்கொலைகள், தலைமறைவாவது எல்லாம் இப்படித்தான்.

அறிவு கட்டுப்பாட்டில் இருப்பதுதான் நல்லது. அதற்காக உணர்வுகளே இல்லாமலா? இல்லை. உணர்வுகளும் வேண்டும். ஆனால், எல்லாவற்றையும் ஓர் அளவோடு!

9. ஃபீடிங் பாட்டில் தத்துவம்

ஒரு போட்டி என்று வரும்போது பெரும்பாலும் அறிவை மனம் சுலபமாக ஜெயித்துவிடும்.

ஆனால் எல்லா சமயமும் மனத்தை ஜெயிக்க விடக்கூடாது. மனத்தை ஜெயிக்க விடாமல் அறிவை வெற்றி பெற வைப்பது சாத்தியமா? தேவையான பொழுது தேவையான அளவு மனத்தையோ அறிவையோ ஜெயிக்க வைக்க முடியுமா? அதாவது லகானை நம் கையில் வைத்துக் கொள்ள முடியுமா?

முடியுமே! செய்கிறார்களே! அப்படிச் செய்வதுதான் இட்லி. நீங்கள் ஒரு இட்லி ஸ்பெஷலிஸ்ட் ஆவதுதான் இந்தப் புத்தகத்தின் நோக்கமே. ஆனால், ஸ்பெஷலிஸ்ட் ஆவது சாதாரண காரியமல்ல. முதலில் அதைப் பற்றித் தெரிந்துகொள்ள வேண்டும். பிறகு பயிற்சி செய்து பழக வேண்டும்.

'நம்மிடம் ஏற்படும் உணர்வுகளையும், மற்றவர்களிடம் ஏற்படும் உணர்வுகளையும் உணர்ந்துகொள்கிற திறன். இது

ஒரு பாயிண்ட். இரண்டாவது பாயிண்ட், அப்படிச் சரியாக உணர்ந்து கொள்வதன் மூலம், இருக்கும் சூழ்நிலைக்கேற்ப நாம் அனுசரித்துப் போவது.

பாண்டியன் கோபமாக இருக்கிறார் என்பது தெரிந்து அவர் மகன் அவரது எந்தத் திட்டுதலுக்கும் பதிலே சொல்லாமல் சமர்த்துப் பையனாக ஸ்கூட்டரில் பின்னால் உட்கார்ந்து போனானல்லவா? அதுதான். அப்பா கோபமாக இருக்கிறார் என்பதை உணர்வது ஒரு விஷயம். இந்தச் சந்தர்ப்பத்தில் தான் என்ன பேசினாலும் அது கோபத்தை அதிகப்படுத்தவே செய்யும் என்று சமயோஜிதமாக யோசித்து மௌனம் காத்தது இன்னொரு விஷயம்.

2006, ஏப்ரல் 21-ம் தேதி. பிரமோத் மகாஜன் துப்பாக்கியால் சுடப்படுகிறார். அவர் பாரதீய ஜனதா கட்சியில் ஒரு முக்கியப் பிரமுகர். முன்னாள் மத்திய அமைச்சர். அவர் சுடப்பட்டது அவரது வீட்டில். அவரைச் சுட்டது அவருடைய கூடப் பிறந்த சகோதரனே! பிரவீன் மகாஜன்.

பிரவீனிடம் காரணம் கேட்டார்கள். பிரவீன் சொன்னது என்ன தெரியுமா? 'பிரபலமான அண்ணனின் தம்பியாக இருப்பது மிகவும் கொடுமையானது. அண்ணன் பிரமோத் பலமுறை என்னை அவமானப்படுத்தியிருக்கிறார். உதாசீனப்படுத்தியிருக் கிறார். என்னால் பொறுக்க முடியவில்லை. அதனால்தான் சுட்டேன்' என்று சொன்னதாகப் பத்திரிகைத் தகவல்கள்.

உதாசீனப்படுத்தப்பட்டால், அதற்காக இன்னொருவரை, அதுவும் தன்னுடைய சொந்த அண்ணனையே 'சுடு, துப்பாக்கி யால் சுட்டுத் தள்ளு' என்று கட்டளை இட்டது எது? பிரவீனின் அறிவா அல்லது பிரவீனின் உணர்வுகளா? உணர்வுகள்தானே!

இப்படிச் சுட்டுவிடலாம் என்கிற முடிவை அவரது மனம் எப்பொழுது எடுத்திருக்கும்? இந்த அவமானம் பற்றிய எண்ணம் பிரவீனிடம் வந்து எவ்வளவு நாளாகியிருக்கும்? 'நம் அண்ணன் நம்மை மதிக்கவில்லை. நமக்குண்டான மரியாதை, அங்கீகாரம் முதலியவற்றை அவர் தரவில்லை.' இப்படியாக அவரது மனம் அடிக்கடி நினைத்திருக்கும். அதனால் வருத்தப்பட்டிருக்கும். உள்ளுக்குள்ளேயே குமுறியிருக்கும். இப்படிப்பட்ட எண்ணங் கள் வந்தது, உள்ளம் கொதித்தது போன்றவையெல்லாம் அவரது மனத்துக்குள்ளேயேதான் நடந்தது.

இப்படிப்பட்ட அவமானம், வருத்தம், கோபம் எல்லாம் உணர்ச்சிகள் கொதித்துப் போய், பின்பு ஒரு நாள் சூடுதாங்காமல் பொங்கி, துப்பாக்கிக் குண்டுகளாக வெடித்திருக்கின்றன.

இதற்காகப் பிரவீன் நிச்சயம் வருத்தப்படுவார். 'சே! இப்படிச் செய்திருக்க வேண்டாமே' என்று அதன்பின் எத்தனையோ தினங்கள் கிடந்து தவிக்கலாம். ஆனால், செய்தது செய்ததுதான். அவர் ஒரு வேகாத இட்லி கூட இல்லை. வெறும் மாவு! புத்தி சாலித்தனத்தின் சிறு சுவடு கூட இல்லாத படு முட்டாள்தனமான காரியத்தைத்தான் செய்தார்.

அவருடைய மனத்தில் ஓடிய எரிச்சல் மற்றும் வெறுப்பலைகளின் வேகத்தினையும் போக்கினையும் அவர் சரியாகக் கவனித்திருந்தால், இது நிகழ்ந்திருக்காது. தன்னுடைய மனத்துக்குள் ஓடும் எண்ண ஓட்டத்தினை, தானே வெளியாள் போல, கொஞ்சம் தள்ளி நின்று பார்த்திருந்தாரானால், அவருக்குப் புரிந்திருக்கும். இந்தச் செயல் அவரை எவ்வளவு பெரிய விபரீதத்தில் கொண்டுபோய் விடும் என்று.

அவருக்கு அப்படி ஒரு எண்ணம் வந்திருக்கிறது. ஆனால், அதை அடையாளம் காணத் தெரியவில்லை. அப்படி எண்ணங்கள் உருவாகிக் கிளம்பும்பொழுதே, அதைப் புரிந்துகொள்வது இட்லி டெக்னாலஜியில் மிக முக்கியமானது. இதனை 'எமோஷனல் அவேர்னஸ்' என்கிறார்கள். அவேர்னஸ் என்றால் எப்போதும் தயாராக, எதிர்பார்த்து, துடிப்புடன் காத்திருப்பது.

கோபம் வெறுப்பு உள்ளிட்ட அத்தனை உணர்ச்சிகளையும் கண்ணாடிப் பாத்திரத்துக்குள் இருப்பதை வெளியில் இருந்து பார்ப்பது போல பார்க்க முடியுமா? உணர முடியுமா? அப்படி முடிந்தால் அவர் பிரச்னைகளில் இருந்து தப்பிப்பார்.

மனத்துக்குள் கோபமோ, அதீதமான சந்தோஷமோ, ஏதோ ஒரு உணர்வு, காற்றழுத்தத் தாழ்வு மண்டலம் போல உருவாகிறது. அப்படியே திரண்டு, மேலெழும்பி வருகிறது, அது கரையைக் கடக்கப்போகிறது. இப்படி ஒரு மாற்றம் நிகழத் தொடங்குகிற பொழுது, அதை உணர வேண்டும். உணர்ந்து, அதன் பிடியில் சிக்கிக் கொள்ளாமல், அதை யோசித்துப் பார்க்கக்கூடியவர்கள், அந்தப் பக்குவத்தினை வளர்த்துக் கொண்டவர்கள்தான் இட்லி ஆகிறார்கள்.

நமக்கு எப்படிப்பட்ட உணர்வு வருகிறது? அது ஏன் வருகிறது என்கிற தெளிவு - இரண்டும் வேண்டும். சிலருடன் பேசிக் கொண்டிருக்கையிலேயே கோபம் வர ஆரம்பிக்கும். வெறுப்பு கிளம்பும். நமக்கு இப்பொழுது கோபம் வருகிறது என்கிற உணர்வு வந்துவிட்டால், அந்த இடத்தினை விட்டுக் கிளம்பி விடலாம். அது தெரியாவிட்டால், கோபம் சொல்லிக்கொடுக் கிற மாதிரி ஆடிவிட்டு, பிழைப்பைக் கெடுத்துக்கொள்ள வேண்டி வரலாம். பலர் வாழ்க்கையில் நடந்திருக்கிறது.

எதை நினைத்தால், எது நடந்தால் நமக்குக் கோபம் வருகிறது என்று ஆராய்ந்து பார்க்கலாம். யாரைப் பார்த்தால் அல்லது எதைக் கேட்டால் அல்லது எந்தெந்த சமயங்களில் கோபம் வரு கிறது என்றெல்லாம் நம்மை நாமே ஆராய்ந்து கண்டுபிடித்து விடலாம். கஷ்டமில்லை.

நமது உணர்வுகளால் நாம் எப்படி சாதக பாதகங்களை அனுபவிக்க நேருகிறது என்பதைத் தெரிந்து வைத்திருப்பதுதான் முதல் படி.

இதற்கும் அடுத்த கட்டம், நம்முடைய பலம் என்ன? நம்மால் எவற்றைச் செய்யமுடியாது. இவை பற்றியும் தெரிந்து வைத் திருப்பது உணர்வுத்திறனுக்கு உதவும். இதனை அக்கியுரேட் செல்ஃப் அசஸ்மெண்ட் (Accurate Self Assessment) என்பார்கள். தன்னைக் குறித்த மிகத் துல்லியமான மதிப்பீடு.

வெற்றியாளன் தன்னைச் சரியாக எடை போட்டு வைத்திருப் பான். தனக்கு எப்பொழுது எரிச்சல் வருகிறது. எதைத் தன்னால் பொறுத்துக்கொள்ள முடியவில்லை. எந்த வார்த்தைகள், எந்தச் சம்பவங்கள் தன்னைக் கோபம் கொள்ளத் தூண்டுகின்றன என்பது பற்றி அவனுக்குச் சரியான புரிதல் இருக்கும். புகழ்தல், அவமானப்படுத்துதல், துரோகம் செய்தல் இவற்றை சாதாரண மாக எடுத்துக் கொள்பவர்கள் உண்டு. இவற்றால் தங்கள் நடவடிக்கையைப் பெரிய அளவில் மாற்றிக்கொள்பவர்களும் உண்டு.

அவர்களுக்குத் தெரிய வேண்டும், தான் இதற்கு முக்கியத்துவம் கொடுப்பவர் என்று. தனக்காகத் தெரியாவிட்டாலும் மற்றவர் கள் சொன்னால் கேட்டுக் கொள்ளவாவது வேண்டும்.

ஆனால், சிலரால் தம்மைப் பற்றி அடுத்தவர் குறையாக எடுத்துக் கூறுவதை ஏற்றுக்கொள்ளவே முடியாது. சொன்னவர்கள் மீது

கோபப்படுவார்கள். ஒப்புக்கொள்ளவே மாட்டார்கள். அவர்கள் தங்களை மாற்றிக் கொள்ளுவதைத் தங்களின் தோல்வியாகக் கருதுவார்கள்.

தன் உணர்வுகளில் ஏற்படும் மாற்றங்கள் எதுவாக இருந்தாலும் தெரிந்துகொள்வதுதான் செல்ஃப் அவேர்னஸ்.

அந்த அலுவலகத்தில் புதியதாகச் சேர்ந்தவர் லாவண்யா. அவர் ஒரு மேனெஜ்மெண்ட் டிரெயினி. ஒரு வருஷம் நிர்வாகப் பயிற்சி எடுத்தபின் அவரை உதவி மேலாளர் ஆக்கிவிடுவார்கள். அவர் படிப்பில் படுகெட்டிக்காரர். அந்த நிறுவனம் நடத்திய எழுத்து, நேர்முகத் தேர்வுகள் அனைத்திலும் முதன்மையாக வந்ததால் வேலைக்குத் தேர்வு செய்யப்பட்டவர். அதைப்பற்றிய பெருமை எப்பொழுதுமே லாவண்யாவுக்கு உண்டு.

அவர் வேலை செய்தது கணக்குத் துறையில். அவர்தான் எல்லாருக்கும் சம்பளம் கொடுப்பது, இதர நிதிப் பொறுப்பு போன்றவைகளைக் கவனித்துக் கொள்ளவேண்டியவர். ஒரு முறை லதா என்ற வேறு ஒரு துறையைச் சார்ந்தவர், வாடிக்கையாளர் ஒருவருக்கு கொடுக்க வேண்டிய செக் கேட்டு வந்திருக்கிறார். செக் கொடுப்பதற்கு முன், அவரிடம் லாவண்யா ஒரு விவரம் கேட்கிறார். ஆனால் லதா, அந்தத் தகவலை லாவண்யாவுக்குத் தர மறுக்கிறார்.

லாவண்யாவுக்கு குபுக்கென்று கோபம் வந்தது. அதென்ன நாம் கேட்கும் தகவலைத் தரமாட்டேன் என்கிறார்கள். ‘அதெல்லாம் இல்லை. அந்தத் தகவல் தந்தால்தான் செக் கிடைக்கும்’ என்கிறார். விஷயம் விவகாரம் ஆகிறது. லதா தன்னுடைய மேலதிகாரியிடம் சொல்கிறார். லதாவின் மேலதிகாரி லாவண்யாவிடம் செக் கேட்கிறார். ஓகோ, மேலதிகாரி கேட்டால் மட்டும் விவரம் தேவைப்படாமல் போய்விடுமா என்ன? என லாவண்யாவின் மனம் கூற, ‘சார் அந்த விவரம் முக்கியம் சார். அது அவசியம் வேண்டும்’ என்று கேட்கிறார்.

லதாவின் மேலதிகாரிக்கு எரிச்சல் வருகிறது. ‘எனக்குத் தெரியாதா என்ன? என்ன பெரிய தகவல்? கஸ்டமருக்கு செக் கொடுத்தாகணும். சீக்கிரம் குடுங்க’ என்கிறார் அதிகாரி. ‘இல்லை சார் விவரம் வேணும் சார். அதைப் பார்க்காம கொடுத்திட்டு

பின்னாடி அவஸ்தைப்பட முடியாது' என்கிறார் லாவண்யா பிடிவாதமாக.

'நீ ஒரு சாதாரண டிரெயினி. நீ சொல்லித் தெரிய வேண்டியது எனக்கு ஏதுமில்லை. நான் ஒரு மேனேஜர். பத்து வருஷ அனுபவம் உள்ளவன். செக்கைக் கொடுக்கப்போறியா இல்லையா?' அதிகாரியின் கோபம் அதிகமாகிறது. 'ஸாரி சார். முடியவே முடியாது சார். மேனேஜர்னா, கம்பெனிப் பணத்தினை அப்படியே தூக்கிக் கொடுத்திடலாமா?' லாவண்யா விடவேயில்லை.

அந்த வருஷம் லாவண்யா எப்படிச் செயல்பட்டார் என்று கணக்குப் பார்க்கப்படுகிற ஆண்டு 'அப்ரைசலில்' (Appraisal) குறைவான மதிப்பெண்களே வழங்கப்பட்டது. அவரது பயிற்சிக் காலம் நீட்டிக்கப்பட்டது. காரணம், 'லாவண்யாவுக்கு மற்றவர்களிடம் நடந்துகொள்ளத் தெரியவில்லை. 'பயிற்சி நீட்டிக்கப்பட்ட தகவல் கிடைத்த தினம் லாவண்யா கலங்கிப்போனார். அழுகை வந்தது. 'சே! என்ன உலகம் இது! சரியாகச் செய்ய வேண்டியதைச் செய்ததற்காகவா தண்டிப்பார்கள்?'

லாவண்யாவின் அடிப்படைப் பிரச்னை, அவருடைய ஸ்கிரிப்ட். அதாவது அவர் மனத்தில் அவரால் எழுதி வைக்கப்பட்டிருக்கும் வசனங்கள். 'தான் புத்திசாலி. ஆனால், நிறுவனத்தில் தன்னை அப்படிப் பார்க்காமல், ஒரு பயிற்சியாளர் என்று ஏளனமாகப் பார்க்கிறார்கள். அது தவறு.'

இதை நினைப்பது மட்டுமில்லை, லாவண்யா ஆழமாக நம்புகிறார். அப்படிப்பட்ட அவரது நம்பிக்கைக்கு அடி விழும் பொழுதெல்லாம், அதனைக் காப்பாற்ற, அவரது அமிக்டலா வெகு துரிதமாக, அனிச்சையாக நடவடிக்கை எடுக்கிறது. அதனால், அவர் தன்னிலை இழந்து விடுகிறார்.

லாவண்யாவுக்கு அவருடைய புத்திசாலித்தனத்தினைப் பற்றி ஒரு 'ஸ்கிரிப்ட்' இருப்பது போல அனைவருக்குமே ஏதோ ஒரு 'ஸ்கிரிப்ட்' இருக்கிறது. நல்லவனாக இருப்பது முக்கியம். வாழ்க்கைக்குப் பணம் ரொம்ப முக்கியம். நம்மை யாரும் ஏமாற்றிவிடக்கூடாது. அதற்கு இடம் கொடுத்துவிடக் கூடாது. மற்றவர்கள் நம்மை விரும்ப வேண்டும். மதிக்க வேண்டும். நான் மிகவும் அழகு அல்லது நான் அதிக பலசாலி. இப்படிப்பட்ட தங்களின் ஆழமான நம்பிக்கைகளைக் காப்பாற்றிக்கொள்ள அவர்

களையும் அறியாமல் உடனடி நடவடிக்கை எடுப்பார்கள், பல சமயங்களில் தங்களை அறியாமலேயே!

அப்பொழுது அறிவுக்குத் தகவல் போகாது. உணர்ச்சிதான் குதித்து எழும், உடனடி நடவடிக்கை எடுக்கும்.

அலெக்ஸ், ஒரு அலுவலகத்தில் வேலை செய்து வந்தார். நல்ல படிப்பு. நல்ல அறிவு. மிகவும் திறமையான அக்கவுண்ட்ஸ் ஆபீசராக இருந்தார். அனைவரிடமும் இங்கிதமாக நடந்துகொள்பவர். அவருக்குத் திருமணமாகி ஐந்து வருஷங்கள் ஆகிவிட்டன. குழந்தை பிறக்கவில்லை. அது பற்றி அவரும் அவருடைய மனைவியும் அதிகம் கவலைப்பட்டார்கள். நிறைய வைத்தியம் பார்த்தார்கள். ஒன்றும் நடக்கவில்லை.

புது வருஷ பார்ட்டி. நிறுவனத்தின் ஊழியர்கள் அனைவரும் தங்கள் குடும்பத்துடன் கலந்து கொண்டார்கள். இரவு 12 வரை பல கேளிக்கை விளையாட்டுகள் நடந்தன. பல சுற்றுகளில் வென்று அலெக்ஸூம் அவருடைய மனைவியும் கடைசிச் சுற்று வந்துவிட்டார்கள். எல்லாப் போட்டிகளிலும் ஜெயித்தவர்களுக்கு என்று ஒரு சிறப்புப் பரிசு. அது அலெக்ஸ் ஜோடிக்கு வழங்கப்பட்டது. 'வெற்றி பெற்ற ஜோடி, இந்தப் பரிசுப் பெட்டியை இங்கேயே அனைவர் முன்னிலையிலும் திறந்து காட்ட வேண்டும்' என அறிவிக்கப்பட, இருவருமாகச் சேர்ந்து ஆர்வமாகப் பார்சலைப் பிரித்தனர்.

அனைவரின் பார்வையும் பார்சல் மீதுதான். மிகப்பெரிய பார்சல். பிரிக்கப் பிரிக்க வந்துகொண்டேயிருந்தது. கடைசிப் பெட்டியை அலெக்ஸ், திறக்க அதன் உள்ளே, ஒரு பீடிங் பாட்டில். 'ஹோ' என்று கூட்டம் கத்தியது. விளையாட்டுக்காக அப்படி ஒரு பொருளை வைத்திருக்கிறார்கள்.

அதுவரை ஏகப்பட்ட சந்தோஷத்துடன், பல போட்டிகளிலும் கலந்துகொண்டு வந்திருந்த அலெக்ஸ், யாரும் எதிர்பார்க்காத வண்ணம் அந்த பீடிங் பாட்டிலைத் தூக்கி வீசினார். உடன், தன் மனைவியின் கையைப் பிடித்து இழுத்துக்கொண்டு, பார்ட்டி நடந்த ஹாலைவிட்டு வேகமாக வெளியேறிவிட்டார்.

அமிக்டலா சொல்லிக்கொடுத்தது, ஆணையிட்டது - அப்படிச் செய் என்று. அறிவுக்குக் கொஞ்சமும் சந்தர்ப்பம் கொடுக்கப் படவில்லை. தனக்கு மிகவும் பிரியமான, தான் மிகவும் ஏங்கும்

ஒரு விஷயம் குழந்தை. அது தனக்கு இல்லையே என்று பலரும் நினைக்கிறார்களோ என்று அவருக்குள் ஒரு எண்ணம் எப்பொழுதுமே உண்டு. ஒரு பார்ட்டியில் எல்லோரும் பார்க்கும்பொழுது அதுவும் தான், தன் மனைவியுடன் வந்திருக்கும் பொழுது. இப்படி ஒரு பொருளை அவருக்குப் பரிசாகக் கொடுத்ததும் பாவம் அதிர்ந்துபோய்விட்டார். அவமானமாக நினைத்துவிட்டார்.

அடிமனத்தில் ஆழமாகக் கிடக்கும் ஆசை, ஏக்கம். அது கிடைக்காததால் ஏமாற்றம். அதைப்பற்றி எவரும் பேசினால், கேட்டால், குற்ற உணர்வு அசிங்கம், அவமானம். இப்படிப் பல உணர்வுகள். அவருக்கு தான் இப்படி ஒரு விஷயத்தினால் பாதிக்கப்பட்டிருக்கிறோம் என்பது தெரியுமா? அதைப்பற்றி யாரும் பேசினால் பதற்றப்படுகிறோம் என்பது தெரியுமா?

தேவை அவேர்னஸ்.

அதாவது, 'தனக்கு, இப்படி ஓர் உணர்வு வருகிறது. அது வரும் பொழுது, தான் இப்படியெல்லாம் நடந்து கொள்கிறோம்' என்பதைத் தெரிந்து வைத்திருப்பது. இது ஒரு நிலை. தன்னிலை உணர்ந்திருத்தல். 'செல்ஃப் அவேர்னஸ்'. இது வரப்பெற்றவர்கள் இட்லியாகிறார்கள். அப்படி, தனக்கென்று, சில (அல்லது பல) உணர்வு வெளிப்பாடுகள் இருக்கிறது என்பதையே அறிந்து கொள்ளாதவர்கள், மாவுதான்!

10. ஒண்ணு வேணுமா? ரெண்டு வேணுமா?

இங்கிதம், பண்பு, நட்பு, விட்டுக் கொடுத்தல், மென்மையாகப் பேசுதல், அன்பு பாராட்டல், உதவுதல், நாகரிகம், கலாசாரம் போன்றவற்றையெல்லாம் சிரமப்பட்டு முயன்று உருவாக்கி வைத்திருக்க, ஒரு நொடியில் அவற்றைத் தவிர்த்து அவற்றுக்கு நேர் எதிர் மாறாக மனம் ஒருவரைச் செயல்பட வைத்துவிடும். அதற்குக் கட்டுப்பாடு என்பதே கிடையாது.

காரணம், மிக அதிகமாக உணர்ச்சிவசப்படும் பொழுது, மனம் 'பாதுகாப்பு வழி'க்கு (safe mode) தானாக மாறி விடும். அதிலும் குறிப்பாக பயத்தின் பொழுதும் அதிக ஆயாசமாக (stress) இருக்கும் பொழுதும் நிதானம் இருக்காது. மனம் அமைதியாக இருந்தால்தானே பண்பு, பதவிசு எல்லாம்?

இந்தப் பாதுகாப்பு நடவடிக்கையை 'எமோஷனல் ஹைஜாக்' (Emotional hijack) என்கிறார்கள். விமானக் கடத்தல், ஆள் கடத்தல் கேள்விப்பட்டிருக்கிறோம். இது அறிவைக் கடத்துவது.

சிலர் அரிவாள் எடுக்கிறார்கள். துப்பாக்கி வைத்திருப்பவர்கள், சுட்டு விடுகிறார்கள். தலை மீது கல்லைத் தூக்கிப் போடுவது, கையில் கிடைத்ததையெல்லாம் எடுத்து எறிவது என்று இந்த 'எமோஷனல் ஹைஜாக்கிங்'கில் பலரும் பலவிதமாக மாட்டிக் கொண்டு தவிக்கிறார்கள்.

அமெக்டாலாதான் மூளையின் நினைவுக் கிடங்கு. அதில் வெற்றி தோல்விகள், பயங்கள், நம்பிக்கைகள், எரிச்சல்கள் எல்லாம் சேர்த்து வைக்கப்பட்டிருக்கும். ஏதாவது அசந்தர்ப்பமோ ஆபத்தோ நிகழ்ந்தால், அல்லது நிகழப்போகிறதென்று தெரிய வந்தால், உடல் உறுப்புகளை உடனடியாகச் செயல்பட வைக்கும் உத்தரவு கண்ணிமைக்கும் நேரத்தில் அமிக்டலாவிலிருந்து பறக்கும். இப்படிப்பட்ட அவசர நிலை உத்தரவுகளை, அறிவோ வேறு எதுவோ தடுத்து நிறுத்திப் பரிசோதிக்க முடியாது. அதாவது இவற்றுக்கு 'நோ செக்கிங்.' மிலிட்டரி ஆக்ஷன் போல 'டக்' கென்று, நினைத்ததும் செயல்படுத்தப்பட்டுவிடும்.

அப்படிப்பட்ட மனத்தைக் கட்டுப்படுத்துபவர்களும் உண்டு. அதற்கு முதல்படி அதைப்பற்றிய விழிப்புணர்வு. எப்படி குளிக்கும்போது நம் உடலின் அனைத்துப் பகுதிகளையும் பார்த்துப் பார்த்து சோப்பு போட்டு சுத்தம் செய்கிறோமோ, அதே மாதிரி தினசரி கொஞ்ச நேரமாவது ஒதுக்கி, நம் மனத்தை நாமே ஆராயவேண்டும்.

கல்லூரியின் விளையாட்டு மைதானம். மாணவர்கள் ஹாக்கி விளையாடிக் கொண்டிருக்கிறார்கள். உக்கிரமான போட்டி. இரண்டு அணிகளுமே வெற்றி பெறுவதில் படு ஆர்வமாக இருக்கின்றன. ஆட்டத்தில் அனல் பறக்கிறது. அப்பொழுது ஓர் அணியில் விளையாடிய ராஜிவ் பக்ஷி என்ற மாணவன், எதிர் அணியில் ஆடிய ஷ்யாம் சுந்தரைத் தகாத வார்த்தையால் திட்டிவிடுகிறார். காரணம் ஷியாம் சுந்தரின் மட்டை, ராஜீவ் பக்ஷியின் காலில் பலமாகத் தாக்கிவிடுகிறது. விளையாட்டு வேகம்தான். ஆனால், ராஜீவால் அதைப் பொறுத்துக்கொள்ள முடியாமல், சத்தமாகத் திட்டிவிடுகிறார்.

ஏற்கெனவே ராஜீவை அந்தக் கல்லூரியில் பலருக்கும் பிடிக்காது, கொஞ்சம் அலட்டல் பேர்வழி என்று. ஷியாம் சுந்தர், ஆட்டத்தை நிறுத்திவிட்டு ஓடிவந்தார். 'என்னடா சொன்ன....' என்று பதிலுக்கு தகாத வார்த்தைகளால் திட்டியபடியே மட்டையை ஓங்கிவிட்டார்.

நடுவர் ஓடி வந்தார், தடுத்து நிறுத்தப் பார்த்தார். ஷியாம் சீனியர் மாணவர் வேறு. விடுவதாயில்லை. 'சண்டையை மைதானத் துக்கு வெளியே வைத்துக்கொள்ளுங்கள், இது விளையாட்டு' என்று நடுவர் கண்டிப்புடன் கூற, சண்டை நிறுத்தப்படுகிறது.

ஆட்டம் முடிந்தது. பலரும் ஷியாம், ராஜீவை இனி செமத்தை யாக அடிக்கப்போகிறார் என்று எதிர்பார்க்க, ஷியாம் ராஜீவை எச்சரித்துவிட்டுப் போய்விட்டார். காரணம், முன்பு பொங்கி வந்த கோபம் வடிந்துவிட்டது. அமிக்டலாவின் பவர் முடிந்து, அறிவின் ஆட்சி வந்துவிட்டது. அடிக்கலாம். அதனால் இன்னும் எவ்வளவோ விளைவுகளைச் சந்திக்க வேண்டியிருக்கும் என்பதைப் பகுத்தறிவு எடுத்துச் சொல்ல, அதைக் கேட்டுக் கொண்டார் ஷியாம். அந்தப் பத்து நிமிஷ ஆட்டம் தந்த இடை வெளி ஏற்படுத்திய விளைவு.

அதனால்தான் கோபம் வந்தால் அந்த இடத்தினை விட்டு எழுந்து போய்விடுங்கள் என்கிறார்கள் அல்லது ஒன்று முதல் பத்து வரை எண்ணுங்கள் என்கிறார்கள் அல்லது ஒரு தம்ளர் தண்ணீர் குடியுங்கள் என்கிறார்கள். அதாவது அமிக்டலா சொல்வதைக் கேட்டு உடனடியாகச் செயல்பட்டுவிட வேண்டாம். கொஞ்சம் பொறுங்கள்; யோசிக்க அவகாசம் எடுத்துக்கொள்ளுங்கள் என்பதுதான் இதன் அர்த்தம்.

இதனைச் செய்வது கடினமாகத் தோன்றலாம். இதுதான் செல்ஃப் ரெகுலேஷன் (Self Regulation). தன்னை நிர்வகித்துக் கொள்வது. தன்னைக் கட்டுப்படுத்திக் கொள்வது. உடனே செயல்பட வேண்டியது, ஆபத்துகளின்போது மட்டும்தான். மற்ற நேரங்களில் இல்லை. 'நான் பொறுமையாக இருப்பேன். யோசித்துத்தான் செயல்படுவேன்' என்று தீர்மானித்துக் கொள்ளலாம். அதன்படி நடக்க முயற்சி செய்யலாம். முடியும்.

நான்கு வயதுக் குழந்தைகளை வைத்து ஒரு பரிசோதனை மேற்கொள்ளப்பட்டது. எல்லாம் இனிப்பான சோதனைதான். அந்தக் குழந்தைகள் எல்லாம், ஃப்ரீ ஸ்கூல் படித்துக்கொண் டிருந்தன. அவர்களை ஒவ்வொருவராக அறைக்குள் அனுப்பினார்கள். அறைக்குள், மேசைமீது ஒரு வாசனையான, கண்ணைப் பறிக்கும் நிறத்தில் ஒரு பெரிய சாக்லெட் வைத்திருந் தார்கள். அறைக்குள் அமர்ந்திருக்கும் நேரம் அந்தக் குழந்தை

அந்த சாக்லேட்டை சாப்பிடுவதென்றால் சாப்பிடலாம். தடை யில்லை. ஆனால், பரிசோதகர் வெளியே போய்விட்டுத் திரும்பி வரும்வரை காத்திருப்பவர்களுக்கு மட்டும் மற்றொரு சாக்லேட் தரப்படும் என்றார்கள்.

சில குழந்தைகள், ஒன்றானாலும் சரி, அது உடனே வேண்டும். நம்மால் காத்திருக்கவெல்லாம் முடியாது என்பதுபோல, உடனே எடுத்துச் சாப்பிட்டன. வேறு சில குழந்தைகள், இரண்டு கிடைக் கிறதென்றால் காத்திருக்கத் தயார் என்று கட்டுப்பாடாக இருந்து இரண்டு வாங்கிச் சாப்பிட்டன.

இது நடந்து பதினான்கு வருஷங்கள் ஓடியபின், அந்தப் பிள்ளை கள், பள்ளிப்படிப்பு முடித்து வெளியேறுகின்றனர். அப்பொழுது அவர்கள் ஒரு கல்லூரி நுழைவுத்தேர்வில் கலந்து கொள்கி றார்கள். தேர்வுகள் முடிகின்றன. முடிவுகள் வெளிவருகின்றன.

மதிப்பெண்களைப் பார்க்கிறார்கள். முன்பு, ஃப்ரீ ஸ்கூலில் படிக்கும்பொழுது நடந்த சோதனையில் ஒரு சாக்லேட்டினை உடனே எடுத்துக்கொண்ட, காத்திருக்க முடியாத பிள்ளைகள் எடுத்த மதிப்பெண்களையும், காத்திருந்து, இரண்டு சாக்லேட்டு கள் எடுத்துக்கொண்ட பிள்ளைகளின் மதிப்பெண்களையும் ஒப் பிட்டிருக்கிறார்கள்.

மொத்தம் உள்ள 1600 மதிப்பெண்களில் காத்திருந்து இரண்டு எடுத்துக்கொண்டிருந்த முதல் வகைப் பிள்ளைகள், மற்றவர் களைவிட 210 மதிப்பெண்கள் அதிகம் பெற்றிருந்தனர்.

காத்திருக்க முடியாமல் உடனே செயல்படுவதற்கு 'இம்பல்ஸிவ்' (Impulsive) குணம் என்பார்கள். நினைத்ததும் செய்துவிடுவது. நினைத்ததும் பேசிவிடுவது. நிதானம் குறைவு. காத்திருக்கக் கூடிய தன்மையினை இட்லி டெக்னாலஜியில் நல்ல குணம் என்கிறார்கள். காத்திருக்கப் பொறுமை இல்லாதவர்களுக்கு எதிலும் பெரிய கவனக் குவிப்பு இருக்காது. காரணம், அவர்கள் உணர்வுகளுக்கு அதிக முக்கியத்துவம் கொடுக்கிறார்கள். அதனால் மூளையில் அதிக இடம் உணர்வுகளுக்கே போய்விடு கிறது. அப்படிப் பெரும்பாலான மூளையின் இடம் உணர்வுகள் சம்பந்தப்பட்டதற்குப் போய்விட, வேலை செய்வதற்கான நினைவுகளுக்கான இடம் தானாகக் குறைந்து விடுகிறது.

செல்ஃப் ரெகுலேஷன் என்றால், எடிட்டிங் போல. தேவையற்ற வற்றைக் குறைப்பது, சிலவற்றை அதிகப்படுத்துவது. செய்வதின் வரிசையை மாற்றுவது. மனத்தினை முறைப்படுத்துவது இப்படித்தான். சில உணர்வுகளை, அதுவாக வராவிட்டாலும் விரும்பி வரவழைத்துக் கொள்வது, சிலவற்றை அதிகப்படுத்திக் கொள்வது, (தேர்வுக்கு முன்னால், அதைப் பற்றிய போதிய கவனம், மெல்லிய பயம் போன்றவற்றை உண்டாக்கிக் கொள்வது) சிலவற்றைத் தவிர்ப்பது, வேறு சிலவற்றைக் குறைப்பது. இப்படி உப்பு, புளி, மிளகாய் போன்றவற்றை சமையலில் தேவையான அளவு சேர்ப்பது போன்றது இட்லியின் ஒரு முக்கிய அம்சம்.

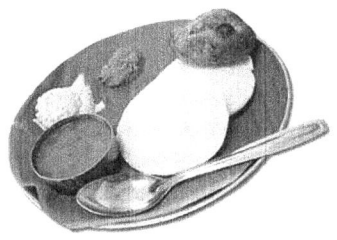

11. கண்டபடி கடிதத்தில் திட்டுங்கள்!

சிலர் இருக்கிறார்கள். எந்தச் சூழ்நிலையிலும் கலங்க மாட்டார்கள். எந்தச் சூழ்நிலையிலும் மிரளவோ, அடி பணியவோ மாட்டார்கள். அதே போல ஆடவும் மாட்டார்கள். நிதானமாக இருப்பார்கள். வெளிச் சூழ்நிலைகள் அவர்களை ஒன்றும் செய்ய முடியாது. அவர்களின் முழு மனமும் அவர்களின் கட்டுப்பாட்டிலேயே இருக்கும். உணர்வுக்கு வேலையில்லை. அவற்றின் கதவுகள் மூடியே இருக்கும். வேலை அறிவுக்குத் தான்.

என்ன நடக்கிறது? ஏன் நடக்கிறது? இந்தச் சூழ்நிலையில் நாம் எப்படி நடந்துகொண்டால் நமக்கு நல்லது? எப்படி நடந்து கொண்டால் அது ஆபத்தாக முடியும், அல்லது நஷ்ட மேற்படுத்தும்? அறிவுபூர்வமாக சிந்திப்பவர்கள், சூழ்நிலை மோசமாக இருக்கும் பொழுதும்கூட உணர்ச்சிகளைத் தன் கட்டுப்பாட்டில் வைத்திருப்பார்கள்.

தமிழக முன்னாள் முதல்வர் மு. கருணாநிதியை எடுத்துக் கொள்ளுங்கள். அவர் யாரையாவது கண்டபடி கோபப் பட்டு திட்டியதாகவோ, அறிக்கை விட்டதாகவோ

இட்லியாக இருங்கள்!

கேள்விப்பட்டு இருக்கிறீர்களா? தனது கோபத்தைக்கூட மெல்லிய நகைச்சுவையுடன்தான் வெளிப்படுத்துவார். இது எதிராளிகளை இன்னும் பலமுடன் தாக்கக்கூடிய ஆயுதம் என்பது அவருக்குத் தெரியுமென்பதுதான் விஷயம். ஆக்ரோஷமாகப் பேசுபவர்கள் கைதட்டல் வாங்கலாம். ஆனால், அர்த்தமுடன் பேசுபவர்கள்தான் சரித்திரத்தில் நிற்பார்கள். ராமநாதன் அந்த மிகப்பெரிய தொழிற்சாலையின் நிர்வாகி. மிக நல்ல பெயர் எடுத்தவர். எந்தச் சூழ்நிலையிலும் பதற்றப்படாமல் நிதான மாகச் செயல்படுபவர். தொழிற்சாலையில் காண்டிராக்ட் தொழி லாளர்கள் மட்டுமே சுமார் இரண்டாயிரம் பேர் வேலை செய்தார் கள். தவிர நிரந்தரத் தொழிலாளர்கள் பத்தாயிரத்துக்கும் மேல்.

காண்டிராக்ட் தொழிலாளர்களுக்கு ஏகப்பட்ட பிரச்னைகள். அவர்களின் கோரிக்கைகள் நீண்ட நாள்களாக கண்டுகொள்ளப் படாமலேயே இருந்தது. அது போராட்டமாக வெடித்தது.

தொழிற்சாலையின் நிர்வாக அலுவலகம் உள்ள கட்டடம் முன் காண்டிராக்ட் தொழிலாளர்கள் குவிந்தனர். கோஷங்களோடு, தடையை மீறி ராமநாதனைப் பார்க்க வேண்டும் என மனுவோடு காத்துக்கொண்டிருக்கின்றனர். அத்தனை பேரையும் அனுமதிக்க முடியாது, தொழிற்சங்கத் தலைவரோடு ஒரு சிலர் மட்டும் வந்து மனு கொடுக்கலாம் என கூறப்படுகிறது. அதில் தொழிலாளர் களுக்கு உடன்பாடில்லை. பாதிக்கப்பட்ட 2000 தொழிலாளர் களுமே, நிர்வாக அதிகாரி ராமநாதனைப் பார்க்க வேண்டும் என நினைக்கிறார்கள்.

தொழிற்சாலைக்கென்று உயர் அளவில் பாதுகாப்பு அதிகாரியும் அவருக்குக் கீழ் பாதுகாப்புப் பணியாளர்கள், செக்யூரிட்டி இன்ஸ்பெக்டர்கள், கார்ட்ஸ் உண்டு. அவர்கள் எல்லாம் சொற்ப எண்ணிக்கையில் அங்கே வெளியே கோஷம் போடுபவர்களின் மத்தியில் நிற்கிறார்கள்.

நேரம் ஆக ஆக நிலைமை மோசமாகிறது. உள்ளே தனது அறை யில் அமைதியாக, ராமநாதன் தனது பணிகளைப் பார்த்துக் கொண்டிருக்கிறார். அந்த ஏ.சி. அறைக்குள்ளும் கோஷங்கள் கேட்கின்றன. ஆனால், அவற்றை இராமநாதன் கண்டுகொள்ள வில்லை.

அறையைத் திறந்து கொண்டு சீப் செக்யூரிட்டி ஆபீஸர் வேகமாக வந்து, போலீசைக் கூப்பிட்டு விடலாம் என்கிறார். ராமநாதன்

மெதுவாக தலை நிமிர்ந்து பார்த்து நிலைமை பற்றி விசாரித்து விட்டு போலீஸ் வேண்டாம் என்கிறார்.

வெளியே இருந்து வரும் சத்தத்தின் அளவு போகப்போக அதி கரித்துக்கொண்டே போகிறது. ராமநாதனை பாதுகாப்பாக எப்படி வெளியே அனுப்பலாம் என செக்யூரிட்டி ஆபீஸர் யோசித்துக் கொண்டிருக்கும்போதே, கூட்டம் திமுதிமுவென உள்ளே நுழைந்துவிடுகிறது.

ராமநாதன் சிறிதும் பதறவில்லை. தனது சீட்டை விட்டு எழவேவில்லை. முகத்திலோ குரலிலோ எந்த வித அதிர்ச்சியும் இல்லை. 'எங்களை ஏன் உள்ளே விடவேண்டாம் என்றீர்கள்' என தொழிலாளர்கள் கேட்கிறார்கள். சீப் செக்யூரிட்டி ஆபிசர் அவர் களை வெளியேறச் சொல்லிக் கத்துகிறார். ராமநாதன் அவரைத் தடுத்து 'இருக்கட்டும்' என்கிறார். கூட்டத்தின் ஆவேசம் கொஞ் சம் குறைகிறது. ராமநாதன், தொழிற்சங்கத் தலைவரின் கண் களை நேராகப் பார்த்தபடி, 'என்ன விஷயம்?' என்கிறார்.

'மனு கொடுக்க வேண்டும்.'

'சரி. மனு எங்கே?'

கூட்டத்தில் பரபரப்பு. எங்கே மனு என்று ஆளாளுக்குத் தேடுகிறார்கள். யாரோ ஒருவரிடமிருந்து கைமாறி வருகிறது.

'இதோ.'

'சரி.'

வாங்கிக் கொள்கிறார்.

'குடுத்தாச்சுல்ல அப்புறம் என்ன? போங்க. போங்க' என்று செக்யூரிட்டி ஆபிஸர் விரட்டுகிறார். அதற்குள் இன்னும் பல 'செக்யூரிட்டி கார்டு'கள் உள்ளே வந்துவிட, கூட்டம் சத்தமாகக் கத்தியபடி, மனுவை நேரடியாக நிர்வாக அதிகாரியிடம் கொடுத்துவிட்ட பெருமிதத்துடன் வெளியேறுகிறது.

ஐந்து நிமிஷத்தில் சூழ்நிலை மாறிவிட்டது. பதற்றம் தணிந்து, வெப்பம் குறைந்து, கோபம் வடிந்துவிட்டது. அவ்வளவுதான். 2000 பேரின் உணர்ச்சிக் கொந்தளிப்பினை சமாளித்தாகிவிட்டது. பெரும் அசம்பாவிதமும் ரகளையும் சமாளிக்கப்பட்டுவிட்டது. சமாளித்தது யார்?

ராமனாதனின் நிதானம்தானே! அவர் தன்னிடம் பயம் என்ற உணர்வுக்கு இடம்கொடுக்கவில்லை. அதே சமயம் சுற்றி நிற்பவர்களின் உணர்வு என்ன? கோபம். மனுவைக் கூட கொடுக்க முடியாதா என்கிற கோபம். இவற்றைப் புரிந்துகொண்ட இட்லித் தனம். அந்நேரத்தில் சரியாக எடுத்த இட்லி ஆக்ஷன்.

எப்பொழுதும் நம் மனத்துக்குள் நல்ல எண்ணங்களையே போட்டுக்கொள்வது, திரும்பத் திரும்ப நல்ல எண்ணங்களையே உருவாக்கிக் கொள்வது நல்ல பலன்களைத் தரும். நாம் முன்பே பார்த்தபடி இதனை ஆட்டோ சஜஷன் என்று சொல்வார்கள்.

கோபப்படமாட்டேன், கோபப்படமாட்டேன், என்று திரும்பத் திரும்ப சொல்லிக்கொண்டால் அது மூளைக்குள் சென்று பதியும். உணர்ச்சிமயமான நேரங்களில் அறிவுக்கு முன்னுரிமை கொடுக்கும். கோபத்தினை ஒதுக்கும்.

நிதானம் உங்களிடமே இருந்தால் நல்லது. இல்லாவிட்டால் வரவழைத்துக்கொள்ளுங்கள். அது மிகவும் சுலபமான விஷயம். நான் நிதானமாகவே இருக்கிறேன், இருப்பேன் என்று பத்து முறை சொல்லிவிட்டு நிலைக்கண்ணாடியில் உங்களைப் பார்த்து நீங்களே ஒரு புன்னகை செய்து பாருங்கள்! உங்களுக்குள் ஒரு புத்தர் உண்டு என்று உங்களுக்கே தோன்றும்.

சிலர் கோபம் வரும்போது ஏதாவது எழுதுவார்கள். எழுதுவது கூட நல்ல வடிகால்தான். நாள் குறிப்பில் கூட, வருத்தங்களை, கவலைகளை எழுதலாம். சிலர் எவர் மீது அதிகக் கோபம் இருக்கிறதோ அவருக்குக் கடிதம் எழுதுவார்கள். தன் கோபத்தையெல்லாம் கொட்டி கடிதத்தை எழுதி முடிக்கும்வரை அமிக்டலாவை அனுமதிக்கலாம். ஆனால், எழுதி முடித்தவுடன் புத்தி விழித்துக்கொண்டுவிட வேண்டும். அந்தக் கடிதத்தை அனுப்பாமல் கிழித்துப் போட்டுவிட வேண்டும்.

இது மிகச் சிறந்த உத்தி. உணர்ச்சிக்கும் ஒரு வடிகால். உருப்படியாக உறவுகளைப் பராமரிக்கவும் ஒரு வழி!

அமெரிக்காவில் உள்ள ஒரு பல்கலைக்கழகம் ஓர் ஆராய்ச்சி செய்தது. வேலையில் இருந்து நீக்கப்பட்ட 63 மேலாளர்களை, ஒரு நோட்டு வைத்துக்கொண்டு தங்களின் மன வருத்தங்களை, உணர்வுகளை தொடர்ந்து எழுதிவரச் சொல்லியிருக்கிறது. சிலர் விவரமாக எழுதியிருக்கிறார்கள். அப்படி விவரமாக எழுதிய

வர்கள் சீக்கிரமே, வேறு வேலை கிடைக்கப்பெற்றார்கள். காரணம், அவர்களின் மன அழுத்தம் குறைந்து அவர்கள் சகஜ நிலைக்குத் திரும்பி, வேறு வேலைகளுக்கு முயற்சி செய்திருக்கிறார்கள்.

சிலர் இதேபோல மன அழுத்தத்தினைக் குறைக்க இறைவனிடம் பேசுகிறார்கள்.

மனத்தின் அழுத்தத்தினை, ஆங்கிலத்தில் 'ஸ்ட்ரெஸ்' என்பார்கள். மகன் தறுதலையாக ஊர் சுற்றுகிறான் அல்லது அலுவலகத்தில் தரவேண்டிய பிரமோஷனைத் தர மறுக்கிறார்கள். வியாபாரத்தில் தொடர்ந்து நஷ்டம். இப்படிக் காரணங்கள் எதுவாகவும் இருக்கலாம். அவற்றால் ஏற்படுவது மன அழுத்தம். ஸ்ட்ரெஸ்.

கார்டிஸால் என்பது ஒரு ஹார்மோன். ஒருவருக்கு அதிக அளவில் ஸ்ட்ரெஸ் ஏற்பட்டால், அதனைக் குறைப்பதற்காக, இரத்தத்துக்குள் பாய்ச்சப்படும் ஒரு ஹார்மோன். இயற்கை உடலுக்குக் கொடுத்திருக்கும் பாதுகாப்பு வால்வு. ஆனால் அளவுக்கு மீறினால், இந்த ஹார்மோனே பிரச்னையும் செய்யும். இருதய நோய் வரும் என ஆராய்ச்சிகள் சொல்லுகின்றன.

12. நாணாவே நம்பர் 1

இட்லியாக இருப்பவர்களின் இன்னொரு குணாதிசயம், நம்பகத்தன்மை. தன்னைப்பற்றிய நம்பகத் தன்மையைத் தன்னைச் சார்ந்தவர்களிடம் ஏற்படுத்தும் குணம்.

அழகு, அறிவு, புத்திசாலித்தனம் போன்றவை இருந்தும் கூட சிலர் மதிக்கப்படுவதில்லை, மற்றவர்களால் விரும்பப் படுவதில்லை. அவையெல்லாம் பளிச்சென்று வெளித்தெரி யும் முதல்பார்வை மதிப்பீடுகள்.

யோசித்துப் பார்த்தால் புரியும். நாம் அதிகம் நேசிக்கும் மனிதர்கள் அழகானவர்கள் மட்டும் தானா? நாம் மதிக்கும் மனிதர்கள், அன்பு செலுத்தும் மனிதர்கள் எல்லாருமே அறிவுஜீவிகள் தானா? மக்களால் பெரிதும் விரும்பப்படும் தலைவர்கள் எல்லாம் புத்திசாலிகள் தானா?

இல்லை.

முதல் பார்வைக்கு மட்டும்தான் அவை பயன்படும். போகப் போக, ஒருவர் எப்படி நடந்துகொள்கிறார் என்பதை வைத்துத்தானே அவரைப்பற்றி முடிவுக்கு வருகிறார்கள்.

எவர் பெரியவர், எவருக்கு அதிக ஆதரவு என்று போட்டிகளை, பத்திரிகைகள், தொலைக்காட்சி போன்ற ஊடகங்கள் நடத்தும். 2006-ல் அப்படி ஒரு போட்டியை பிராண்ட் காம் என்ற நிறுவனம் நடத்தியது. 'நீங்கள் அதிகம் மதிக்கும் தொழில்நிறுவனத் தலைவர் யார்?' என்று எம். பி. ஏ. படிக்கும் மாணவர்களிடம் கேட்டார்கள்.

பொதுவாகப் பார்த்தால், மிகப்பெரிய தொழில் அதிபர்கள் முகேஷ், அனில் அம்பானி சகோதரர்களோ, இந்தியாவின் மிகப் பெரும் பணக்காரர் அசிம் பிரேம்ஜியோ என்றுதான் பதில் வந்திருக்க வேண்டும். மிகவும் மதிக்கப்படும் தலைவராக அவர் களால் பார்க்கப்படுவது, இன்போசிஸ் நாராயணமூர்த்தி. ஓர் ஆண்டு அல்ல. இரண்டாண்டு அல்ல. தொடர்ந்து ஐந்து ஆண்டு களாக. அவருக்கு அடுத்தபடியாகத்தான் ரத்தன் டாடாவே!

அதற்கு முக்கியக் காரணமாக சொல்லப்படுவது அவர் சமுதாயப் பொறுப்புடன் நடந்துகொள்கிறார் என்பதுதான்! தவிர, நேர்மை யானவர். தனது தொழில் மீதும் வேலைமீதும் மாறாத பற்றுக் கொண்டவர்.

யார் தினசரி நாராயண மூர்த்தியைப் பார்க்கிறார்கள் பழகு கிறார்கள்? அவருடன் பணியாற்றுபவர்களோ, அவரது குடும்பத் தினரோ கொடுத்த சான்றிதழ் இல்லை இது. மாறாக எம்.பி.ஏ. படிக்கும் மாணவர்கள்.

ஆக, ஒரு நபரை நமக்குப் பிடிப்பதற்குக் காரணம் அழகோ, அறிவோ, பணமோ மட்டுமல்ல. நமது நம்பிக்கையைக் கவருபவர்களைத்தான் நாம் விரும்புகிறோம்.

பார்த்தசாரதி என்று ஒரு பத்திரிகையாளர். வீட்டுக்கு என்ன பொருள் வாங்கவேண்டுமென்றாலும் 'டாடா' ப்ராண்ட் மட்டுமே வாங்குவார். அவர் வாங்க விரும்பும் ஒரு பொருளை டாடா நிறுவனம் அதுவரை தயாரித்திராவிட்டால், அந்நிறுவனம் தயாரித்து அறிமுகப்படுத்தும்வரை பொறுமையுடன் காத் திருப்பார்!

இது என்ன சிறுபிள்ளைத்தனம்? வேறு நல்ல நிறுவனங்களும் இருக்கின்றனவே? ஏன் அவற்றையும் அவர் முயற்சி செய்து பார்க்கக் கூடாது?

கேட்டால் வரும் பதில் இதுதான்: 'நான் டாடாவை நம்புகிறேன். இன்றுவரை அவர்கள் என்னை ஏமாற்றியதில்லை.'

சிலரைப் புத்திசாலி என்று ஒப்புக்கொள்வார்கள். ஆனால் நம்ப முடியாது என்பார்கள். 'என்ன செய்வானோ! அவன் காசுக்காக, எது வேண்டுமானாலும் செய்வானப்பா' என்று பயப்படுவார்கள். அதனால் ஏற்படும் விளைவுகள் வெற்றிகளைப் பாதிக்கும். 'எதையும் நியாயமாகச் செய்பவர். இவரை நம்பலாம்', 'என் சார்பாக அவரே செய்யட்டும்', 'அவர் சொன்னால் போதும்', இப்படிப் பெயரெடுக்க வேண்டும்.

இதைத்தான், 'இட்லி அக்கவுண்டில் செல்வம் சேர்ப்பது' (Emotional Bank Account) என்கிறார் ஸ்டீபன் கோவே. பணத்தினை வங்கிக் கணக்குகளில் போட்டு எடுப்பதைப்போல, மனிதர்களும் ஒரு வருடன் ஒருவர் பழகும் போது, ஒருவர் மற்றொருவருடைய மனம் என்ற கணக்கில் வரவு வைக்கிறோம். அதாவது 'டெபாசிட்' செய்கிறோம் அல்லது இருப்பதை எடுக்கிறோம்.

அன்பு காட்டுவது, மரியாதையாக நடத்துவது, நல்லது செய்வது, விட்டுக் கொடுப்பது, சொன்னபடி நடந்துகொள்வது போன்றவை வரவு வைப்பது. அசிங்கப்படுத்துவது, மதிக்காமல் நடத்துவது, ஏமாற்றுவது, திட்டுவது, அவமானப்படுத்துவது, அலட்சியப் படுத்துவது, சொன்ன வார்த்தைப்படி நடந்துகொள்ளாமல் இருப்பது எல்லாம் கணக்கில் இருந்து எடுப்பதற்குச் சமம்.

எவருக்கு நல்லது செய்கிறோமோ, எவரிடம் நமக்கு நல்ல பெயர் இருக்கிறதோ, அவர்களிடம் தப்பித்தவறி தவறாக நடந்து கொண்டாலும் பொறுத்துக்கொள்வார்கள். அதாவது எவர் கணக்கில் நாம் ஏற்கெனவே வரவு வைத்திருக்கிறோமோ, அங்கே அந்தக் கணக்கில் இருந்து எடுக்கமுடியும். ஆனால், கணக்கில் எதுவும் போடாமலேயே எடுக்க முயன்றால்? பிரச்னைதானே!

யாரிடம் உரிமை எடுத்துக்கொண்டு பேசமுடியும்? நடந்து கொள்ள முடியும்? நாம் யாருக்கு அதிகம் செய்திருக்கிறோமோ அவரிடம்தான். ஏன் எடுக்க வேண்டும்? அதிகம் எடுக்காமல், அதிகம் போடுபவர்கள், மதிக்கப்படுகிறார்கள். வெற்றியும் பெறுகிறார்கள்.

தனக்கு லாபமா நஷ்டமா என்று பார்ப்பது இல்லை. எது சரியோ அதைச் செய்வது, அப்படி நடந்துகொள்வது. எவர் நம் முன் இருக்கிறாரோ, அவருக்குப் பரிந்து பேசுவது என்றில்லாமல், நியாயப்படி பேசுவது. உடன் இல்லாவிடாலும் கூட யார் பக்கம்

நியாயமோ அதை ஆதரித்துப் பேசுவது. ஒருவர் இல்லாத பொழுதும்கூட, அவருடைய நியாயமான உரிமைகளுக்காகப் பேசுவது, தனக்குச் சாதகமாக இல்லாவிட்டாலும் கூட சொன்ன படியே நடந்துகொள்வது.

இப்படியெல்லாம் நடப்பது அந்தச் சமயங்களில் சிரமங்களைக் கொடுக்கலாம். ஆனால் இவற்றைக் கவனிப்பவர்கள், இப்படிச் செய்பவர்களை மதிக்க ஆரம்பிக்கிறார்கள். உண்மையாகப் பேசுபவர், நேர்மையாக நடப்பவர் என்று யோசிக்க ஆரம்பிக்கிறார்கள். இப்படித்தான் நம்பகத்தன்மை உருவாகிறது. எதிரணியினரே மதிக்கத்தக்க தலைவர்களாகச் சிலர் உருவாக, இப்படிப் பட்ட நடவடிக்கைகள், செயல்பாடுகள்தான் காரணங்களாக அமைகின்றன. இப்படி நடந்து கொள்வது சுலபமில்லை. சிரமமாக இருக்கலாம். அதற்கு நெஞ்சுறுதி வேண்டும். சரியாகத்தான் நடந்துகொள்வேன் என்ற கொள்கைப் பிடிப்பு வேண்டும்.

அதே போல பிறர் மதிப்பது, தன் தவறுகளை ஒப்புக்கொள் பவர்களைத்தான். தவறே செய்யாதவர்கள் இருக்க முடியாது. அப்படித் தவறு நிகழ்ந்துவிட்டால், சம்பந்தப்பட்டவர் அதை ஒப்புக்கொள்ளும் பொழுது அவருடைய மதிப்பு உயர்கிறது என்பதே உண்மை. ஏனென்றால் அதில் மிளிரும் நேர்மை பார்க்கப்படுகிறது. ஒப்புக்கொள்ளாதவர்கள், ஒப்புக்கொள்ளாத தன் மூலம், தங்கள் முகத்தினைக் காப்பாற்றிக் கொண்டுவிடு வதாக நினைக்கிறார்கள்.

அதில் உண்மையில்லை. வாழ்க்கையோ, நட்போ, குடும்பமோ, உறவோ, வியாபாரமோ, எல்லாமே நீண்டகால விஷயங்கள். ஓரிரு நாள்களுடன் முடிவதில்லை. நேர்மையாக நடப்ப வருக்குத்தான் மதிப்பும், ஆதரவும் கிடைக்கும்.

ஸ்கேண்டினேவியன் ஏர்லைன்சின் தலைவர் கார்ல்ஸன், 'மொமெண்ட்ஸ் ஆப் ட்ரூத்' (உண்மையின் ஒவ்வொரு கணமும்) என்கிற ஒரு விஷயம் சொன்னார். உறவாடும் ஒவ்வொரு சில நொடிகளிலுமே வாடிக்கையாளர்கள், நிறுவனம் பற்றி முடிவு களுக்கு வருகிறார்கள். அதன் மூலம் நிறுவனம் பற்றிய கணிப்பு களைத் தங்கள் மனத்தில் ஏற்படுத்திக் கொள்கிறார்கள். ஆகவே, ஒவ்வொரு சிறு உரையாடலும் சந்திப்பும் பரிமாற்றமும் ஒரே அளவு முக்கியம்தான் என்று தன் ஊழியர்களுக்கு அறிவுறுத் தியதாகச் சொல்வார்.

எப்பொழுதும் எங்கேயும் எவரிடமும் நேர்மையாக நடந்து கொள்பவர்கள், சரியாகவே செய்கிறவர்கள், ஒழுங்காக இருப்பவர்கள் மீது எவருக்கும் மதிப்பு நிச்சயம் வந்தே தீரும். அப்படி இருப்பது நீண்டகால வெற்றிக்கு வழிவகுக்கும். அதனால்தான் இதையும் இட்லியின் ஓர் அங்கமாகச் சொல்கிறார்கள்.

இவை தவிர, தன்னுடைய இலக்கினை அடைவதற்குத் தானே பொறுப்பேற்றல், தன் வேலைகளை முறையாகவும் கவனமாகவும் எப்பொழுதும் செய்வது, மற்றவர்களின் விரோதத்தினை எதிர்கொள்ள நேர்ந்தாலும்கூட, கவனமாக அதை நீக்க முயற்சி மேற்கொள்வது, தன் கோபம், வெறுப்பு போன்ற உணர்ச்சிகளை எல்லாம் அடுத்தவருக்குத் தெரிந்துவிடாமல் கட்டுப்பாட்டுக்குள் வைப்பது போன்றவையெல்லாம் இட்லியாக இருப்பவர்களின் சட்டையில் குத்தப்பட்ட மெடல்கள்!

13. அடித்து ஆடுங்கள்!

அறிவுஜீவியாக இருப்பதால் மட்டுமே, ஒருவரால் பெரிய சாதனைகள் செய்துவிடமுடியாது. அதே போல நல்லவர்களாக நடந்துகொள்வதால் அடுத்தவர் ஒத்துழைப்பும் ஆதரவும் கிடைக்கலாமே தவிர, அவை மட்டுமே போதாது. அதற்கும் மேல் இன்னும் சில குணாதிசயங்களும் தேவை. அந்தக் குணாதிசயங்கள் அப்படி ஒன்றும் எவருக்கும் தெரியாதவையோ அல்லது கடைப்பிடிக்க சிரமமானவையோ அல்ல. ஆனாலும் எல்லோரிடமும் அவை கிடையாது.

அப்படி என்ன குணாதிசயங்கள்?

காரியத்தில் கண்

இட்லி ஸ்பெஷலிஸ்டுகள் தங்களின் இலக்குகள் மீது கவனமாக இருப்பார்கள். அதனால்தான் அவர்களால் விட்டுக்கொடுத்து போக முடிகிறது. 'நதிகள் வளைந்து வளைந்துதான் போகும். ஆனால், அவை போகும் திசை மாறாது. இலக்கினைச் சென்று அடைந்துவிடும்' என்பார்கள். சில மனிதர்கள் அப்படித்தான்.

போனால் விஷயத்தினை முடிக்காமல் வரமாட்டார்கள். போன இடத்தில் மரியாதை இல்லை என்று திரும்பி வருபவர்கள் உண்டு. 'அவன் சண்டப்பிரசண்டன். அவனோடு பேசவே முடியாது' என்பார்கள். இன்னும் என்ன என்னவோ சொல்வார் கள். ஆனால் ரிசல்ட் என்ன என்றால், போன காரியம் முடிய வில்லை. இதுவா வெற்றி?

இன்னும் சிலர் இருக்கிறார்கள். பொறுத்துப் போவார்கள். என்ன நடக்கிறது, ஏன் இப்படிப் பேசுகிறார் என்று பேசிக்கொண்டே யோசிப்பார்கள். பொறுத்துப் போவார்கள். சமயோசிதமாகப் பேசுவார்கள். அது பொய்யில்லை. ஆனால், அவர்கள் சொல் லும் விதம் அடுத்தவரைக் கவரும். இவர்கள் பக்கத்து நியாயத் தினைப் பார்க்க வைக்கும்.

கணக்குப் போட்டுக் காய் நகர்த்துவது

மற்றவர்கள் எடுத்துக்கொள்ளத் தயங்கும் சவாலான வேலை களை எடுத்துக்கொள்வார்கள். அவர்களுக்குத் தெரியும் இது நிச்சயமாக வெற்றி சமாசாரம் இல்லை என்று. இருந்தாலும் ஒரு ரிஸ்க் எடுத்துப் பார்ப்போமே என்கிற மனோபாவம். ஒதுங்குகிற அணுகுமுறை அவர்களிடம் இருக்காது.

அது ஒரு உலகக் கோப்பை கிரிக்கெட் போட்டி. அப்பொழுது நம் அணியில் ஸ்ரீகாந்த்தான் அதிரடி வீரர். அவர் இறங்கிய முதல் ஓவரில் இருந்தே அடித்து விளையாட ஆரம்பிப்பார். அவரைக் கண்டால் பல தேசத்து வீரர்களுக்கும் கொஞ்சம் அச்சம்தான். நடந்த போட்டி நியுசிலாந்துக்கு எதிரானது.

ஸ்ரீகாந்த் நல்ல ஃபார்மில் இருந்த நேரம் அது. நியுசிலாந்து அணி அவ்வளவு வலுவாக இல்லை. டாஸ் ஜெயித்து இந்தியா முதலில் பேட்டிங். ஸ்ரீகாந்த் முதலில் பேட்டுடன் களம் இறங்க, ரசிகர்கள் ஆரவாரம் செய்கின்றனர். எந்த வேகப்பந்து வீச்சாளர் போட் டாலும் அடிக்கக்கூடிய தில்லோடு இருந்தார் ஸ்ரீகாந்த். இரண்டு ஓவர்கள் ஆகியிருக்காது. நியூசிலாந்து கேப்டன் பந்தை தீபக் படேலிடம் கொடுத்தார்.

தீபக் படேல், சுழற்பந்து வீச்சாளர். அதற்குள் சுழற்பந்தா எனப் பலருடைய புருவமும் உயர்ந்தது.

அதுதான் இட்லியின் காரியம்! வேகப் பந்தைத் தானே அடித்து விடுவார்? மெதுவாக வரும் சுழல் பந்தினை? என்று யோசித்து கொஞ்சம் ரிஸ்க் எடுப்போம் என்று முடிவு செய்திருக்கிறார். கால்குலேட்டட் ரிஸ்க். கணக்குப் போட்டு, காய் நகர்த்துவது. செய்தார். முடிந்தால் அடித்துக்கொள். ஆனால் அடிப்பதற்கு நீயும் ரிஸ்க் எடுக்க வேண்டும் என்பது அவர் சொல்லாமல் சொன்ன விஷயம்.

முதல் பந்தினை ஸ்ரீகாந்த் விளாச, அது நாலு ரன் ஆனது. கேப்டன் தளரவில்லை. தீபக்கை அதே மாதிரியான பந்தைப் போடச் சொல்ல, அடுத்த பந்தினையும் ஸ்ரீகாந்த் அடிக்க முயற்சிக்க, பந்து உயரக் கிளம்பிப் போய் கேட்ச் ஆக மாறியது.

ஸ்ரீகாந்த் அவுட். துள்ளிக் குதித்தனர் நியுசிலாந்து வீரர்கள். கேப்டன் யோசித்து எடுத்த முடிவும் காய் நகர்த்தலும், கணக் கிட்டு எடுத்த ரிஸ்க்.

வெற்றி பெறுபவர்கள், இப்படிப்பட்ட ரிஸ்குகளை எடுக்கிறார் கள். எப்பொழுதும் ஜாக்கிரதையாக இருக்க வேண்டும் என்று நினைத்துச் செயல்படுபவர்கள், எப்படிப் பெரிய வெற்றிகள் பெறமுடியும்?

ஆகவே அடித்து ஆடுங்கள். ஆனால், கவனமாக!

பதறாத காரியம் சிதறாது.

14. சிரிப்பாகச் சிரித்த டாக்டர்

பிறருடன் பிரச்னையில்லாமல் இணைந்து வாழ்வதென்பது சொல்வதற்குச் சுலபம். வாழ்வது கடினம். எல்லோராலும் அவ்வளவு சுலபமாக மற்றவர்களுடன் கூடி வாழ்ந்துவிட முடியாது. இணைந்து போவது, ஒத்துப் போவது, இதெல்லாம் பலருக்கும் சிரமமாக இருக்கும். காரணம் அவர்களுக்கு மற்றவர்களுடன் சேர்ந்து வாழும் திறன் குறைவு. தனி மனித புத்திசாலித்தனம் என்பது வேறு, கூட்டாக இருப்பதில் தேவைப்படும் திறன் என்பது வேறு.

ஒருவருடைய உண்மை குணாதிசயத்தினைத் தெரிந்து கொள்ள அவருடன் வெளியூர் போக வேண்டும் என்பார்கள். நீண்ட பிரயாணம் காட்டிக்கொடுத்துவிடும். நீண்ட நேரம் முகமூடி அணிந்து நடிக்க முடியாது. சுயரூபம் வெளிவந்துவிடும் என்பதற்காக அப்படிச் சொல்வார்கள்.

ஒரு மருத்துவமனை. அங்கே ஒரு கண் மருத்துவர் நோயாளிகளைப் பார்த்துக்கொண்டிருக்கிறார். அடுத்து ஒரு பேஷண்ட் வருகிறார். அவருடன் அவருடைய மகனும்

வருகிறார். பேஷண்ட் கண்ணில் பச்சைத் துணி கட்டப்பட்டிருக்கிறது. அவர்களைப் பார்த்ததும், கண் மருத்துவர் ராஜன் முகத்தில் யோசனை. 'நீங்க கோபால் தானே' என்கிறார்.

'ஆமாம் டாக்டர்.'

'உங்க அப்பாதானே!'

'ஆமாம் டாக்டர்.'

'என்ன ஆச்சு?'

'கண்ணை எடுத்திட்டாங்க டாக்டர்.'

அவ்வளவுதான். கோபால் சொல்லி முடிக்கவும், டாக்டர் ராஜன் சுழல் நாற்காலியில் அமர்ந்து ஒரு சுற்று சுற்றியபடியே ஹாஹா என்று வாய்விட்டுச் சிரிக்க ஆரம்பித்துவிட்டார். கோபாலும் அவர் அப்பாவும் திகைத்துப்போய் அமர்ந்திருக்க, டாக்டர் ராஜனின் சிரிப்பு அடங்க சற்று நேரம் பிடித்தது.

நர்ஸ் உட்பட, மற்ற அனைவருக்கும் அதிர்ச்சி. ஒருவருடைய கண்ணை எடுத்ததற்கு ஒரு கண் டாக்டர் இப்படியா சிரிப்பார்? 'நான் சொன்னேனே, கேட்டீங்களா? எடுத்திட்டான் இல்ல. எடுத்திட்டான் இல்ல!' என்று கேட்டுக் கேட்டு சிரிக்கிறார்.

விஷயம் இதுதான். தந்தைக்குக் கண் சரியில்லை என்று முன்பே ராஜனிடம் தன் தந்தையை அழைத்து வந்து காட்டியிருக்கிறார் கோபால். பிரச்னை தீரவில்லை. 'வேறுவழியில்லை, கண்ணை எடுத்துவிட வேண்டியதுதான் என்று ராஜன் சொல்லியிருக்கிறார். கோபாலுக்கு மனம் கேட்கவில்லை. இன்னும் வேறு இடங்களில் முயற்சிக்கலாமே என்று, சென்னையில் இருக்கும் வேறு ஒரு பெரிய கண் மருத்துவமனைக்கு அழைத்துப் போயிருக்கிறார். அவர்களும் அதே மாதிரி சொல்ல, கண்ணை எடுத்துவிட்டிருக்கிறார்கள். அதன் பிறகு தொடர்ந்து காட்டுவதற்காக இங்கே அழைத்து வந்திருக்கும்பொழுதுதான் இப்படி நடந்துகொண்டார் அந்தக் கண் மருத்துவர்.

தான் சொன்னது சரியாக இருந்திருக்கிறதே என்கிற ஆனந்தம். தான் சொல்லியும் கேட்காமல் போனவர்களுக்கு இப்படி ஆகிவிட்டது சரிதான் என்பது போல எண்ணம்.

எல்லாம் இருக்கட்டும். அதை இப்படியா காட்டுவது? அடுத்தவரின் வேதனை மனநிலை புரியாமல் இருப்பது முட்டாள்தனம்.

ஒருவர் காரில் வந்து இறங்குகிறார். கார் கதவினை ஓங்கிச் சாத்துகிறார். கவனக்குறைவால் அவருடைய விரல் ஒன்று தற்செயலாக கதவில் மாட்டிக்கொண்டுவிடுகிறது. வலி உயிர் போகிறது. வாய்விட்டே அய்யோ என்று கத்திவிடுகிறார். பக்கத்தில் உள்ள கடைக்கு ஓடுகிறார். 'ஐஸ் இருக்கிறதா?' என்று கேட்கிறார். அப்பொழுது அங்கே நிற்பவர் ஒருவர் 'ஏன் சார் பார்த்து சாத்தக் கூடாது?' என்கிறார்.

இது என்ன கேள்வி? இதைப் பேசி என்ன பயன்? போய்யா உன் வேலையைப் பார்த்துக்கிட்டு என்றுதானே கத்தத் தோன்றும். பிரச்னை என்று வரும்பொழுது நியாயம் பேசிக்கொண்டிருப்பது, அலட்சியப்படுத்துவது, கண்டுகொள்ளாமல் இருப்பது, இவற்றை ஆங்கிலத்தில் 'எம்பதி' (Empathy) இல்லாமல் இருப்பது என்கிறார்கள்.

யார் எப்பொழுது மகிழ்ச்சியாக இருக்கிறார்கள்? வருத்தமாக இருக்கிறார்கள். அவமானமாக உணருகிறார்கள், அடிபட்டுவிட்டது போல உணருகிறார்கள். பொறாமைப்படுகிறார்கள். எவருக்குக் கோபம் வருகிறது? இவற்றை எல்லாம் சரியாகக் கணிக்கத்தெரிந்தவர்கள் எம்பதி உள்ளவர்கள். அடுத்தவர்களின் உணர்வுகளை உணர்ந்துகொண்டவர்கள். பிழைத்துக் கொள்கிறார்கள். அதுதான் இட்லியின் வேலை.

எப்பொழுது எதைப் பேசுவது, எதைத் தவிர்ப்பது போன்றவை எப்படித் தெரிய வரும்? இப்படி மற்றவர்களின் உணர்வுகளைப் புரிந்துகொள்ளும், உணர்ந்துகொள்ளும் திறன் இருந்தால்தானே! பேச்சுக்களைவிட, உணர்வுகள் வலுவானவை. செய்திகள் அதிகம் சொல்லுபவை. கண்கள், முகம், உடல் மொழி, பேச்சு சரளம், அல்லது உளறல் என்று எத்தனையோ அறிகுறிகள். கண்டுகொள்ளும் திறன் உண்டா? அது முக்கியம். அதைப் பழக முடியும். பழகியவர்கள், செயல்படுத்துபவர்கள் வெற்றியாளர்கள்.

வீடோ, அலுவலகமோ அல்லது வேறு அமைப்போ - எல்லா இடங்களிலுமே சிலர் மிகவும் அதிக சக்தி படைத்தவர்களாக இருப்பார்கள். அது சரியா தவறா என்பதல்ல முக்கியம். அவற்றைச் சரியாகப் புரிந்துகொள்ள வேண்டும். அவர்களின்

வெளிப்படையாகத் தெரியும் பதவி அல்லது பொறுப்பு குறை வாகக்கூட இருக்கலாம். ஆனால் அவர்கள் அங்கே நடக்கக் கூடியவற்றில் அதிகத் தாக்கம் ஏற்படுத்தக் கூடியவர்களாக இருப் பார்கள். அடையாளம் காணுதல் முக்கியம். இதனை Understanding the dynamics என்பார்கள்.

இதில் பெருந்தலைவர் காமராஜ் ஒரு கிங் மேக்கர். அவர் அதிகம் படிக்கவில்லை. ஆங்கிலம் தெரியாது. நடை உடை பாவனைகள் ஒன்றும் பிரமாதமில்லை. அவரை நேரில் பார்ப்பவர்கள், அவர் தான் இந்தியாவின் இரண்டு பிரதமர்களை நெருக்கடியான நேரத் தில் தேர்வு செய்தவர் என்பதைச் சொல்ல முடியாது.

அதே போல யாருக்கு எது முக்கியம். எதை விட்டுக்கொடுக்கவே மாட்டார்கள்? எது அவர்களின் உயிர் நாடி? அவற்றையும் தெரிந்து வைத்திருப்பது. தப்பித்தவறிக் கூட அதை மிதித்துவிடாமல் இருப்பது. முடிந்தால் அதை, அவர்களுக்குக் காப்பாற்றிக் கொடுப் பது. இதெல்லாம் மக்களிடம் பழகுவதில் உள்ள திறன்கள்.

பலர் பேசிக்கொண்டிருக்கையில் நம் கருத்தினை எப்படிச் சொல்லுவது? நாம் சொல்லுவதை மற்றவர்களை எப்படிக் கேட்க வைப்பது? இதில் எல்லாம் சிலர் கெட்டிக்காரர்கள். யார் நமக்கு ஒத்துவர வேண்டுமோ, யாரால் நமக்குக் காரியம் ஆக வேண்டுமோ, அவர்களுக்கு எது முக்கியம் என்று கவனித்து, அவர்கள் பக்கம் பேசுவது. அவர்களை நம் பக்கம் இழுப்பது. அவர்கள் விஷயம் முடிந்ததும் நம் விஷயத்தினை ஆரம்பிப்பது. சுருங்கச் சொன்னால், கட்சி சேர்ப்பது, சேர்த்து ஜெயிப்பது.

அதே போல, வெகு நேரம் பேசாமலேயே இருப்பது. மற்றவர் களை, ஏன் இவர் பேசவில்லை என்று கவனிக்க வைத்து, பின் சரியான நேரத்தில் பேச ஆரம்பித்து தனக்கு வேண்டியதை முடித்துக்கொள்வது.

பலமானவர்களைப் பகைத்துக்கொள்ளாமல், முடிந்தால் அவர் களின் நல்லெண்ணத்தில் இருப்பது. அவர்களை வைத்து காரியம் முடித்துக்கொள்வது. யாரால் என்ன ஆகும் என்று கவனித்து, அவர்களுடன் முக்கியமில்லாத விஷயங்களில், வெற்று மோதல் மோதாமல், வறட்டு வாதங்கள் செய்யாமல் இருப்பது. இயன்ற அளவு அவர்களுக்கு ஒத்துழைத்து அவர்களின் நன்மதிப்பினைப் பெறுவது.

பழகுமிடத்தில் எது முக்கியம், எதற்கு மதிப்பு, எவருக்கு அதிகாரம் போன்றவற்றை, துல்லியமாகக் கணித்து அதன்படி நடந்து கொள்வது.

திறமையானவர்களுடன் நட்பாக இருப்பது. அந்த நட்புக்கு அதிக முக்கியத்துவம் கொடுப்பது. மற்றவர்களின் திறமையை மனமாரப் பாராட்டுவது. அவர்களுக்கு நல்லன சொல்லிக் கொடுப்பது. 'நான் உனக்குச் செய்தேன். நீ எனக்குச் செய்வாய்' போன்ற சூழ்நிலையை வாய்ப்பு கிடைக்கும் பொழுதெல்லாம் உருவாக்கிக் கொள்வது.

கிடைக்கும் சந்தர்ப்பங்களில் எல்லாம் மற்றவர்களுக்கு நன்மை செய்வது. அதன் மூலம் ஒரு பெரிய நட்பு வலையைப் பின்னு வது. மற்றவர்களுக்கு உபயோகமான யோசனைகள் சொல்வது. அவர்களின் நலனில் உண்மையான அக்கறை காட்டுவது.

இதெல்லாம் இருந்தால் சந்தேகமில்லாமல் நீங்கள் ஓர் இட்லி!

15. இட்லி ரேடி

அண்ணன் தம்பியுடன் தகராறு. அப்பா அம்மாவுடன் மனஸ் தாபம். வேலையிடத்தில் பிரச்னை. சுற்றமும் நட்பும் பகை! அடச் சே! இந்த உலகமே தவறாக இருக்கிறது என்று எடுத்துக் கொள்வதா? அல்லது நம்மிடம்தான் ஏதோ வித்தி யாசமாக இருக்கிறது என்று எடுத்துக்கொள்வதா?

பிரச்னை இரண்டிலும் இருக்கலாம். இரண்டில் எதனை மாற்றுவது சுலபம்? அல்லது எதனை மாற்றுவது நம் கையில் இருக்கிறது? அதைச் செய்துவிட்டுப் போக வேண்டியதுதான்.

காரணம், நமக்குத் தேவை நிம்மதி, வெற்றி, மகிழ்ச்சி.

நாம் நினைத்ததை நாம் அடைய முடியாததற்குக் காரணம், வேறு யாருமல்ல. நாமேதான் என்பதைப் பார்த்தோம். நாம் பேசிய பேச்சுகள் அல்லது பேசாத பேச்சுகள். செய்யத் தவறியவை அல்லது செய்த சில வேலைகள். இவற்றுக்கெல்லாம் என்ன காரணம்? நமது உணர்வு கள்தான். அவை நமது அமிக்டலாவில் 'புரோகிராம்' களாக இருக்கின்றன.

நாம் பார்த்த எத்தனையோ நபர்கள் தங்கள் மனத்தால், வென்றார்கள் அல்லது தோற்றார்கள். அதை மீறவே முடியாது. இயற்கை. கண்ணிமைப்பதைவிடக் குறைவான நேரங்களில், அதனிடமிருந்து உடலுக்குக் கட்டளை பிறக்கிறது. உடலும் சிரமேற்கொண்டு நிறைவேற்றிவிடும். அதனால் விளையும் நன்மை தீமைகளை அனுபவித்துவிட்டுப் போகவேண்டியதுதானா?

இப்படி அமைப்பிருப்பது உண்மைதான். அதற்கு இப்படி வலிமையும் திறனும் இருப்பதும் உண்மைதான். சந்தேகமே இல்லை. ஆராய்ச்சிகள் சொல்கின்றன. ஆனாலும், இவற்றை மீறி நாம் வெற்றி பெற முடியும் என்கிறது இட்லி. அதற்குச் சில வழிமுறைகள் உண்டு.

மனத்தைச் சுத்தமாக வை:

ரஞ்சன் அவருடைய அலுவலக நண்பர் பாபு வீட்டுக்குப் போயிருந்தார். அலுவலகத்தில் பக்கத்து பக்கத்து சீட். எல்லா நல்லது கெட்டதுகளும் பேசிக்கொள்வார்கள். ஆனால், ரஞ்சன் அதுவரை பாபு வீட்டுக்குப் போனதேயில்லை. பாபுவின் குடும்பத்தாரையும் பார்த்ததில்லை. வாசல் கதவைத் திறந்தது பாபுவின் அம்மா. ரஞ்சன் வணக்கம் என்றார். 'இது ரஞ்சன்மா. சொல்லுவேனே, ஆபீஸ்ல பக்கத்து சீட்டுன்னு. அந்த ரஞ்சன்!'

அதுவரை கொஞ்சம் மலர்ச்சியாகப் பார்த்துக்கொண்டிருந்த பாபுவின் அம்மா முகத்தில், ரஞ்சன் என்ற பெயரைக் கேட்டதும், மலர்ச்சி போய்விட்டது. அது அப்பட்டமாக ரஞ்சனுக்கே தெரிந்தது. 'வாப்பா' என்று ஒப்புக்குச் சொல்லி விட்டு உள்ளே போய்விட்டார். ஹாலில் அமரச் சொல்லி விட்டு பாபு உள்ளே ஓடினான். அறைக்குப் போய்விட்ட அம்மாவை வரச் சொல்லி அழைத்தான்.

அவன் அம்மா வெளியே வரவில்லை. 'நீயே பார்த்துக்க, நான் வரவில்லை' என்று சொல்லிவிட்டார்கள். இது ரஞ்சனுக்கே கேட்டது. சிறிது நேரத்தில் ரஞ்சனும் கிளம்பிப் போய் விட்டான். ரஞ்சனின் அம்மா ஏன் அப்படி நடந்துகொண்டார் கள்? வீட்டுக்கு வந்த, மகனுடன் வேலை செய்பவனை, ஏன் சரியாக உபசரிக்கவில்லை? காரணம் பாபுதான்.

தினம் தினம் அலுவலகத்தில் நடப்பதைப் பற்றிப் பாபு தன் அம்மாவிடம் சொல்லுவான். அதில் ரஞ்சன் தனக்குக் கொடுக்கும் சிரமங்கள் பற்றியும், செய்யும் கெடுதல்கள் பற்றியும் வருத்தத்துடன் சொல்லுவான். அதைத் தொடர்ந்து கேட்டுவந்திருக்கும் தாய் அவர். ஏன் இந்த ரஞ்சன் தன் மகனுக்கு இப்படிச் செய்கிறான் என்று அவர் வருத்தமும் எரிச்சலும் கொண்டிருந்ததால், அவரால் ரஞ்சனை இயல்பாக உபசரிக்க முடியவில்லை.

சிலரால் முடியலாம். முடிந்தால் நல்லதுதான். கேள்வி அது வல்ல. இப்படி அங்கே நிகழ்ந்ததற்கு யார் காரணம்? பாபுதான்.

பாபு தம் அம்மாவிடம், ரஞ்சன் பற்றிய நல்ல தகவல்களையும் அடிக்கடி சொல்லியிருந்தால், அவரும் ரஞ்சனை மிக நன்றாகக் கவனித்து அனுப்பியிருப்பார்.

நாம் எதை எப்படி நமது மனத்துக்குச் சொல்கிறோமோ அதைக் கேள்வி இல்லாமல் மனம் வாங்கிப் போட்டுக் கொள்ளும். அப்படியே நம்பும். அதன் பிறகு, அதன் அடிப் படையில் முடிவுகள் எடுக்கும். எப்படிப்பட்ட முடிவுகள்? நமக்கு எது நல்லது என்று மனம் நினைக்கிறதோ அப்படிப் பட்ட நடவடிக்கைகளை உடனுக்குடன் துரிதமாக எடுக்கும்.

ஆகவே, மனத்துக்குத் தகவல் சொல்லும்பொழுது கவனம் தேவை. அலுவலக விஷயங்களை வீட்டில் பேசவேண்டாம் என்பதுபோல, மனத்துக்கும், ஒரு கதவும் அதற்கு ஒரு தாழ்ப் பாளும் போட வேண்டும். எல்லாவற்றையும் உள்ளே அனுப்பக்கூடாது. அது பிறகு எதிர்பாராத நேரத்தில் வார்த்தைகளாக வெடிக்கும்.

தன்னைப் பற்றிய நல்ல மதிப்பீடு:

தன்னைப் பற்றித் தனக்கு முதலில் தெரிந்திருக்க வேண்டும். தன்னை அறியாதவரால் எப்படி மற்றவர்களைப் பற்றி அறிய முடியும்? தன்னால் எவற்றைச் சிறப்பாகச் செய்யமுடியும்? தன் பலம் என்ன? தானும் மற்றவர்களைப் போலவே எந்த விதத்திலும் குறைந்தவரில்லை.

இப்படிப்பட்ட எண்ணங்கள் அவசியம். தன்னைப்பற்றி தனக்கே சரியான எண்ணம் மதிப்பீடு இல்லாதவர்களால் வெற்றிபெற முடியாது.

மற்றவர்களுடன் ஒப்பிட்டு வருத்தப்படாமல், ஒப்பிடு வதையே விட்டுவிடுவது நல்லது.

எங்கும் தன்னைத் தயக்கமில்லாமல் வெளிப்படுத்திக்கொள்ளும் திறன். மற்றவர்களையும் மதித்தல். தன் உரிமையை விட்டுக் கொடுக்காமல் அதைப்பற்றிப் பேசும் தைரியம். அதே சமயம் மற்றவர் உரிமையையும் மதிக்கும், பாராட்டும் அணுகுமுறை.

அடுத்தவர் என்ன நினைப்பார் என்று யோசித்துக்கொண்டே இருக்காமல், சரி என்று படுவதை அதனால் தொந்தரவு வரக் கூடும் என்றாலும் சொல்லும் தைரியம். நிச்சயமற்ற தன்மைகள் நிலவும்பொழுது கூட நிதானமாக முடிவுகள் எடுப்பது போன்றவை மிகவும் முக்கியம்.

அடுத்தவர்களைப் புரிந்து கொள்ளுதல்:

எல்லோரும் தன்னைப் போலவே இருக்க வேண்டுமென்றோ, தன்னைப் புரிந்துகொள்ள வேண்டும் என்றோ இட்லிகள் நினைப்பதில்லை. எவரிடமும் பலவீனங்களைக் கவனிக்கா மல், அவர்களிடமிருக்கும் நல்ல விஷயங்களையும் கவனிப் பார்கள். அடுத்தவர்கள் மனத்தில் தம்மைப் பற்றிய நல்ல நம்பிக்கையை (Trust Building) உருவாக்குவார்கள். மற்றவர் களுக்குரிய அங்கீகாரத்தைக் கொடுப்பார்கள். அவர்களைப் பாராட்டவேண்டிய இடத்தில் தயங்காமல் பாராட்டுவார்கள். எவரையும் முன்கூட்டியே எடைபோடாமல், திறந்த மனத்துடன் பழகுவதும் இட்லியின் அணுகுமுறையே.

நாசூக்காக நடந்து கொள்ளுதல் :

'செய்த தவற்றைக் கவனிக்க வேண்டும், செய்தவரை அல்ல' என்பார்கள். அடுத்தவர்கள் செய்த தவற்றை, அவர்களிடம் நாசூக்காக எடுத்துச் சொல்லவேண்டும். ஒரே ஒருமுறை நாசூக்காகச் சொன்னால் அல்லது கண்டித்தால் போதும். மீண்டும் மீண்டும் குத்திக் காட்டிக்கொண்டே இருக்கக் கூடாது என்பதே இட்லிகளின் பாலிஸி.

கோபத்தைக் கட்டுப்படுத்துதல் :

ஏமாற்றம் அடையும்போது, பயம் ஏற்படும்போது, தன்மானத்துக்கு ஆபத்து ஏற்படும்போது போன்ற நிலைகளில்தான் கோபம் வருகிறது. இட்லிகள் தங்களுக்குக் கோபம் எப்பொழுதெல்லாம் வருகிறது என்று புரிந்து வைத்துக்கொண்டு, தான் கோபத்தின் பிடியில் சிக்க இருக்கிறோம் என்று தெரிந்துகொண்டு விடுவார்கள். அந்நேரத்தில் உடனே தங்கள் கவனத்தை வேறு ஏதாவது விஷயத்தில் திசை திருப்பி விடுவார்கள்.

இட்லித் தனத்தில் மூன்று அடுக்குகள் :

முதல் தட்டு என்பது கீழ் வீட்டில் வசிப்பவர்கள். இவர்கள் எதற்கெடுத்தாலும் கத்துவார்கள். கோபப்படுவார்கள். சண்டை போடுவார்கள். சங்கடப்படுவார்கள். அழக்கூட செய்வார்கள். தான் இப்படியெல்லாம் செய்கிறோம், இவை தன் உணர்வுகளால் வருகின்றன, இவற்றைக் கட்டுப்படுத்த முடியும் என்பதெல்லாம் தெரியாதவர்கள். அதாவது வேகாத இட்லிகள் மாவு என்றே சொல்லலாம்.

இரண்டாவது தட்டு என்பது, முதல் மாடியில் இருப்பவர்கள். தான் அதிகம் உணர்ச்சிவசப்படுவது பற்றி இவர்களுக்குத் தெரியும். ஆனால், அதனை மாற்ற அதிகம் முயற்சி எடுக்க மாட்டார்கள். இவர்கள் பாதியே வெந்த இட்லிகள்.

மூன்றாவது தட்டு என்பது மேல்மாடிக்குப் போய்விட்டவர்கள். தங்களுக்கு ஏற்படும் உணர்வுகள் எப்பொழுது எவரால் ஏற்படுகின்றன என்று இவர்களுக்கு நன்றாகத் தெரியும். அதனால், பிரச்னை ஏற்படுத்தும் சம்பவங்கள், உரையாடல்களை இவர்களால் தவிர்க்க முடியும். அப்படியே ஏற்பட்டு விட்டாலும், அதனால் ஏற்படும் சங்கடம், மனவருத்தம், கோபம் முதலியவற்றில் இருந்து சீக்கிரம் வெளியே வந்து விடுவார்கள். இவர்கள் நன்கு பூப்போல முழுமையாக வெந்த மென்மையான இட்லிகள்.

கட்டுப்பாட்டில் வை:

இட்லியாக இருந்தால் வெற்றி நிச்சயம். பல சமயங்களில் ஏன் இந்த இட்லித்தனம் கைவர மறுக்கிறது? உணர்வுகளின் மீது கட்டுப்பாடு இல்லாமல் இருப்பதால்தான்.

வெற்றிக்குக் கட்டுப்பாடு அவசியம். மனக் கட்டுப்பாடு. மனம், அமிக்டலாவின் அடிமையாக இருந்தது போதும். அதனை அறிவின் கட்டுப்பாட்டுக்குக் கொண்டுவர வேண்டும்.

மனம் எத்தனை ஆசை காட்டினாலும், அதைத் தூரத் தள்ளி வைத்துவிட்டு அறிவின் பேச்சை எப்போது கேட்க ஆரம்பிக்கிறோமோ, அந்தக் கணத்தில் இட்லியாகி, வெற்றியடைகிறோம்.

ஆசிரியரின் நூல்கள்

சுயமுன்னேற்றம்
1. இட்லியாக இருங்கள் - எமோஷனல் இன்டெலிஜென்ஸ்
2. எமோஷனல் இண்டெலிஜென்ஸ் 2.0
3. ரசவாதம்: ஏதிலும் பெரும் வெற்றி (NLP பற்றி)
4. தடையேதுமில்லை (சுயமுன்னேற்றக் கட்டுரைகள்)
5. உஷார் உள்ளே பார் (மனமும் சக்தியும்)
6. ஆல் தி பெஸ்ட்! (நீங்கள் விரும்பும் வேலையை வென்றெடுப்பது எப்படி?)
7. தள்ளு (மோட்டிவேஷன்)
8. சின்னத் தூண்டில் பெரிய மீன்
9. சிறு துளி பெரும் பணம்
10. டீன் தரிகிட (பதின் பருவம்)
11. சொல்லாததையும் செய்!
12. மனதோடு ஒரு சிட்டிங்
13. இவ்வளவுதானா நீ?
14. முன்னேற்றம் இந்தப் பக்கம்
15. எல்லோரும் வல்லவரே
16. காதலில் இருந்து திருமணம் வரை
17. சிக்கனம் சேமிப்பு முதலீடு
18. நல்லதாக நாலு வார்த்தை
19. திட்டமிடுவோம் வெற்றிபெறுவோம்
20. அதிகாரம் அல்ல, அன்பு
21. உடல் மனம் புத்தி
22. யார் நீ?
23. உயர... உயர...
23. You vs You: *Everything you need to know about Emotional Intelligence*

பங்குச்சந்தை
1. அள்ள அள்ளப் பணம் 1 - பங்குச்சந்தை: அடிப்படைகள்
2. அள்ள அள்ளப் பணம் 2 - பங்குச்சந்தை: அனாலிசிஸ்
3. அள்ள அள்ளப் பணம் 3 - பங்குச்சந்தை: ஃபியூச்சர்ஸ் அண்ட் ஆப்ஷன்ஸ்
4. அள்ள அள்ளப் பணம் 4 - பங்குச்சந்தை: போர்ட்ஃபோலியோ முதலீடுகள்
5. அள்ள அள்ளப் பணம் 5 - பங்குச்சந்தை: டிரேடிங்
6. அள்ள அள்ளப் பணம் 6 - மியூச்சுவல் ஃபண்ட்
6. அள்ள அள்ளப் பணம் 7 - தங்கம்
7. அள்ள அள்ளப் பணம் 8 - இன்சூரன்ஸ்
8. அள்ள அள்ளப் பணம் 9 - கடன்
9. ஷேர் மார்க்கெட் சீக்ரெட்ஸ்
10. பங்கு சந்தை என்றால் என்ன
11. Bulls and Bears - *All about Shares*
12. ஷேர் பசார் சீக்ரெட்ஸ் (ஹிந்தி)

வியாபாரம்
1. நம்பர் 1 சேல்ஸ்மேன் (சிறந்த விற்பனையாளர் ஆவது எப்படி?)
2. பணமே ஓடி வா
3. தொட்டதெல்லாம் பொன்னாகும்
4. பணம், சில ரகசியங்கள்
5. பணம் சந்தேகங்கள் விளக்கங்கள்
6. நேர்மையாக சம்பாதிக்க இவ்வளவு வழிகளா!
7. எந்தத் தொழிலிலும் ஜெயிக்கலாம்

நிர்வாகம்

1. ஆளப்பிறந்தவர் நீங்கள் (தலைமைப் பண்புகள்)
2. காலம் உங்கள் காலடியில் (நேர நிர்வாகம்)
4. உலகம் உன் வசம் (கம்யூனிகேஷன்)
5. உறுதி மட்டுமே வேண்டும் (கமிட்மெண்ட்)
6. உறவுகள் மேம்பட *(Managing People)*
7. சிறந்த நிர்வாகி ஆவது எப்படி?
8. மேனேஜ்மென்ட் குரு கம்பன்
9. வீட்டுக் கணக்கு
10. நேரத்தை உரமாக்கு (காலம் உங்கள் காலடியில் - 2)
11. சிக்ஸர்: நிர்வாக உத்திகள்

பொருளாதாரம்

1. நாட்டுக் கணக்கு
2. நாட்டுக்கணக்கு - 2
3. அதிர்ந்த இந்தியா
4. அவசரம் - உடனடியாக செய்யவேண்டிய சமூக பொருளாதார மாற்றங்கள்

மாணவர்களுக்கு

1. மன அழுத்தம் விரட்டலாமா
2. இந்தமுறை நீதான்
3. நீங்கள் அசாதாரணமானவர்
4. You are Extraordinary
5. திட்டமிடுவோம் வெற்றிபெறுவோம்

மற்றவை

1. எங்குமிருப்பவர் (சாய் சரிதம்)
2. கே பாலசந்தர் - வேலை டிராமா சினிமா
3, நல்ல மனம் வாழ்க
4. மகிழ்ச்சியாக வாழுங்கள்
5. அப்பா, மகன் - நெருக்கமும் நெருடல்களும்

புதினம்

1. நெஞ்சமெல்லாம் நீ
2. பட்டாம்பூச்சிகளின் கண்ணாமூச்சி காலம்
3. ஜெமினி சர்க்கிள்

நீங்கள் விரும்பும் புத்தகம் உங்கள் வீடு தேடி வர அழையுங்கள்

Dial for Books

94459 01234 | 9445 97 97 97

WhatsApp No: 95000 45609

இணையத்தில் வாங்க

dialforbooks.in | amazon.in | flipkart.com